हेअर योगा

तुमच्या केसांची सर्वोत्तम काळजी घ्या!

जावेद हबीब

अनुवाद – सायली गोडसे

VISHWAKARMA
PUBLICATIONS
VP

हेअर योगा

प्रथमावृत्ती- मे २०१६

© जावेद हबीब

First published in English by Random House India in 2013

ISBN 978-93-85665-01-1

प्रकाशक:

विश्वकर्मा पब्लिकेशन्स

२८३, बुधवार पेठ, सिटी पोस्टाजवळ, पुणे ४११००२.

दूरध्वनी: +९१-२०-२०२६ ११५७, २४४४ ८९८९

ई मेल: info@vpindia.co.in

वेबसाईट : www.vpindia.co.in

मुखपृष्ठ – सौरव दास

अक्षरजुळणी – अभिषेक दरेकर – विश्वकर्मा पब्लिकेशन्स

व्यंगचित्रे – सुधीर तेलंग

अर्पण

माझी आई हाश्मी बेगम हिला अर्पण; जिने माझ्या भल्या-बुऱ्या सर्वच गोष्टी कायम पदरात घेतल्या आणि सातत्याने माझ्या क्षमतेवर संपूर्ण विश्वास ठेवला.

अनुक्रम

प्रस्तावना : केस आणि आपण

प्रारंभिक ओळख

ऋणनिर्देश

लेखकाविषयी थोडेसे

व्यंगचित्रकाराची ओळख

प्रस्तावना

केस आणि आपण

केसांमुळे आपल्या आयुष्यात काय फरक पडतो? एखाद्या टक्कल पडलेल्या व्यक्तीला विचारून बघा! टक्कल पडणं म्हणजे काही कमीपणाची गोष्ट आहे असं मुळीच नाही पण सुंदर भरघोस केस असणं ही नक्कीच सौभाग्याची बाब आहे. एक व्यंगचित्रकार म्हणून काम करताना, टकलू लोकांची चित्रं काढणं मला कायमच खूप सोपं जातं.एक वर्तूळ काढायचं, त्यात काही चेहरेपट्टी चितारायची जरा निरखून पाहायचं – आणि तुमचे रेखाचित्रं तय्यार!

माझ्या आवडीच्या यादीमध्ये कित्येक राजकीय व्यक्तींचा समावेश आहे. लालकृष्ण अडवाणी, पी. व्ही नरसिंह राव, पंडित नेहरू, राजीव गांधी यादी भली मोठी आहे. पण ज्यांच्या चेहऱ्याला भरघोस केशसंभाराचं वलय लाभलंय अशांवर प्रयोग करायला मला अतिशय आवडतं. वाजपेयीजींच्या कपाळावर रुळणाऱ्या बटा मला जामच आवडतात. इंदिरा गांधींच्या केसांमधील पांढऱ्या रंगाचा एक पट्टा हा जणू त्यांचा ट्रेडमार्कच बनला होता. आपण कित्येकवेळा हुकुमशाही आणि क्रौर्य यांचं प्रतीक म्हणून हिटलरच्या केशरचनेचा आणि त्याच्या मिशांच्या ठेवणीचा उपयोग करत असतो. लालू प्रसाद यादव यांची केशरचना तर जवळपास कित्येक चित्रपट कलाकारांच्या तोडीस तोड लोकप्रिय आहे. मला आठवतंय ९०च्या सालामध्ये जेव्हा त्यांचं नाव प्रथम चारा घोटाळ्यामध्ये झळकलं, मी व्यंगचित्र काढताना त्यांच्या डोक्यावरील केसांना एखाद्या गवताच्या भाऱ्याप्रमाणे रेखाटलं होतं.

माझ्या व्यंगचित्रांमध्ये मी सोनिया गांधी यांच्या केशरचनेचा नेहमी पाठपुरावा करत असतो. त्यांचे केस कधी पोनी टेल, कधी बन स्टाईल तर कधी मोकळे सोडलेले असतात. राहुल गांधीचे अगदी कायमच विस्कळीत असलेले केस हे चित्रात

पकडणं अजिबात अवघड जात नाही. जेव्हा माझे मित्र जावेद हबीब यांनी हे पुस्तक लिहायला घेतलं तेव्हा त्यांनी या पुस्तकामध्ये त्यांची व्यंगचित्र रेखाटण्याबद्दल मला विचारणा केली. मी अक्षरशः लगेच तयार झालो. मी कायमच स्वतःची केशरचना त्याच्याकडून करून घेत होतो आणि मला कुठल्याही परिस्थितीत त्याला नाराज करायचं नव्हतं; कारण तो मनात आणेल तर केवळ आपल्या कात्रीच्या साह्यानं कोणत्याही क्षणी माझं रुपांतर एका उत्कृष्ट व्यंगचित्रामध्ये करू शकतो.

निसर्गतः चांगले केस असणं एवढं पुरेसं ठरत नाही. केसांना आणि तुम्हाला देखील एक उत्तम व्यक्तीमत्त्व बहाल करून देण्यासाठी तेवढ्याच चांगल्या केशरचनाकाराची गरज असते.

मी जेव्हा महाविद्यालयात शिकत होतो, अमिताभ बच्चनची हेअर स्टाईल भयानक लोकप्रिय होती. आम्ही सर्व मुलं त्याच्या केशरचनेची नक्कल करायचो आणि मला खात्री आहे की तेव्हा आम्ही सगळेच जण फार विनोदी दिसत असणार. माझ्या आधीच्या पिढ्यांमधील मुले देव आनंद आणि जितेंद्र यांच्या हेअर स्टाईल्सची नक्कल करत होती. आणि तो प्रसिद्ध 'साधना कट' कोणी कसा विसरू शकेल!

आठवतंय, आपण लहान असताना घराजवळच्या दुकानात कटींग करायला जायचं हा केवढा भीतीदायक, अंगावर शहारे आणणारा प्रसंग असायचा? किमान माझ्याबाबतीत तरी नक्की तसंच होतं. केस कापायला जाणं म्हणजे एखाद्या युद्धभूमीवर लढाईसाठी जातोय की काय असं वाटायचं किंबहुना जवळपास एखाद्या कसायाच्या सुरीखाली कापलं जाण्यासारखंच. दुकानात गेलं की मला तिथल्या लोखंडी खुर्चीच्या दोन हातांवर एक लाकडी फळी आडवी टाकून त्यावर बसवायचे-जेणेकरून माझं डोकं त्या केस कापणाऱ्या व्यक्तीच्या कात्रीच्या समक्ष पोहचू शकेल. कुठल्याही प्रकारच्या जखमा किंवा व्रण न घेता त्या दुकानातून सहीसलामत घरी परत आल्याचं मला आठवतंच नाहीये.

केस कापण्याच्या अत्यंत नैमित्तिक आणि रूक्ष अशा कामाचं रुपांतर एका अतिशय ग्लॅमरस व्यवसायामध्ये करण्याचं सारं श्रेयं अर्थातच जावेदला जातं. गेल्या काही वर्षांतच जावेद हबीब हे केशरचना आणि सौंदर्य व्यवसायातील एक श्रेष्ठ नाव म्हणून गणलं जाऊ लागलंय. केस कापणं या अगदी साध्या बलुतेदारी कामाचं रुपांतर त्याने एका अतिशय आदरणीय अशा व्यवसायामध्ये केलं आहे. याची प्रत्यक्ष अनुभूती घ्यायची असेल तर तुम्ही त्याच्या प्रशिक्षण संस्थांपैकी एकीला स्वतः भेट द्यायला हवी.

आपले केस ही आपली ओळख असते. अगदी जवळपास बोटांच्या ठशांप्रमाणेच. त्यामुळेच जेव्हा आपले केस अतिशय वेगानं गळायला सुरवात होते, गळणाऱ्या प्रत्येक केसासाठी आपण आक्रोश करतो. मानसशास्त्रीयदृष्ट्या देखील ही एक अत्यंत वेदनादायी प्रक्रिया आहे. ज्यांचे केस घनदाट, सुंदर आहेत त्यांचा आपण हेवा करू लागतो. त्यांच्या केसांची झुलुपं लवकरात लवकर डोक्यावरून मागे हटावीत अशी मनातल्या मनात इच्छा करतो. आपले केस पूर्ववत व्हावेत यासाठी जगातील कोणतंही औषध–उपाययोजना करून बघायचं शिल्लक ठेवत नाही. डॉक्टर, हकीम, वैद्य एवढंच काय पण ज्योतिषी, साधू आणि मांत्रिक कोणा– कोणाकडे जायचं आपण बाकी ठेवत नाही; कोणाच्या तरी हाताला यश येईल, कोणीतरी आपल्या चमकदार टकलावर काही तरी जादू करेल ही आपल्याला आशा असते. पण या कशाचाही काहीच उपयोग होत नाही. मग आपल्याला कमालीचं नैराश्य येतं आणि मनःस्थिती पार उद्विग्न होऊन जाते. केसांचा एखादा टोप (विग) विकत घ्यावा किंवा मग सरळं कृत्रिम केशारोपण करून घ्यावं या विचारापर्यंत आपण येतो.

पण हे एवढे उपद्व्याप करण्याची किंवा खिन्न होण्याची अजिबात गरज नाही. आपल्या प्रदीर्घ अनुभवाच्या आणि प्रगल्भ ज्ञानाच्या सहाय्याने तुमच्या केसांच्या समस्येपासून तुमची विनासायास सुटका करण्यासाठी जावेद हबीब सदैव सज्ज आहे. आपल्या सगळ्यांनाच चांगले आरोग्यदायी आणि सुंदर केस हवे असतात

आणि ते देखणे आकर्षक दिसावेत अशीही आपली मनीषा असते.

आपल्या केसांकडे अधिक सजगपणे, अधिक कार्यक्षमपणे बघण्यासाठी हे पुस्तक तुम्हाला मदत करेल. हेअर योगा या पुस्तकात जावेदने केसांशी निगडित सर्वच बाबींचा परामर्श घेतला आहे. अगदी साधं केस धुण्यापासून ते विंचरण्यापर्यंत. केसांच्या विविध आकर्षक रचना करण्यापासून ते त्यांच्या आरोग्याची देखभाल करण्यापर्यंत सारं काही या पुस्तकात हजर आहे. थोक्यात सांगायचं तर हे पुस्तक म्हणजे तुमच्या केसांची इत्थंभूत माहिती देणारे पंचांग आहे. त्याचा पुरेपूर आनंद घ्या. आणि तरी देखील जर तुम्ही आपल्या केसांबाबत कसल्याही प्रकारे नाराज असालच तर एक सोपं काम करा–तुमच्या घरापासून सगळ्यात जवळ असलेल्या जावेद हबीब सेंटरला प्रत्यक्ष भेट द्या!

सुधीर तेलंग

नवी दिल्ली

प्रारंभिक ओळख

वास्तविक पाहता मी आयुष्यात कोणीही बनू शकलो असतो, पण केशरचना हे काम जणू माझ्या रक्तात माझ्या पिंडात भिनलेलं आहे.

मी लहान होतो तेव्हापासून, मला आठवतंय की माझे आजोबा केस कापण्याचं काम करायचे. आणि अगदी काही मान्यवर लोकांचा त्यांच्या ग्राहकांमध्ये समावेश होता. माझे आजोबा भारताच्या राष्ट्रपतींचे अधिकृत नाभिक म्हणून काम करत होते. ते आपला कडक इस्त्रीचा आणि कमालीचा स्वच्छ असा गणवेश घालत, केस कापण्याची सगळी आयुधं–उपकरणं एका स्वच्छ पांढर्‍या टॉवेलमध्ये गुंडाळून घेत आणि राष्ट्रपती सदनाकडे सायकलवरून प्रयाण करत.

एवढंच काय पण माझ्या आजोबांनी भारताचे शेवटचे व्हाईसरॉय लॉर्ड माऊंटबॅटन यांचे देखील केस कापण्याचे काम केले असल्याचे माझ्या वडिलांनी मला सांगितलं आहे. स्वतंत्र भारतामध्ये देखील पंडित जवाहरलाल नेहरूंसारख्या महान व्यक्तीमत्त्वाची आणि अन्य कित्येक महनीय व्यक्तींची सेवा माझ्या आजोबांनी केलेली आहे. तर माझ्या केशरचनाकार म्हणून सुरू असलेल्या कारकीर्दीची परंपरा ही अशी जुनी आणि उज्ज्वल आहे.

काही वर्षांनंतर, माझ्या वडिलांनी देखील त्याच व्यवसायाचा अंगीकार केला आणि आजोबांप्रमाणेच ते सुद्धा या मोठमोठ्या व्यक्तींना भेटायला जाऊ लागले. कालांतराने माझ्या वडिलांनी नवी दिल्लीतील ओबेराय हॉटेलमध्ये नोकरी स्वीकारली. कित्येक वेळा ते स्वतःबरोबर मला देखील तिथे काम करण्यास घेऊन जात असत.

ते आपल्या ग्राहकांच्या केसांवर काम करत असताना, तिथेच बाजूला बसून मी अतिशय बारकाईने त्यांचे निरीक्षण करायचो. काही वेळा ते माझ्या भावाचे आणि माझे केस देखील कापून देत असत. काम करताना ते कात्री कशाप्रकारे हातात

पकडतात, कंगवा कसा धरतात, समोर बसलेल्या व्यक्तीच्या केसांकडे ते कशा एकाग्रतेने बघतात, ग्राहकांशी बोलताना ते कसे सदैव हसतमुख असतात, या आणि अशा सगळ्याच गोष्टी मी अतिशय काटेकोरपणे, बारकाईने पाहायचो आणि लक्षात ठेवायचो. केसांच्या बाबतीतले ते माझे अगदी पहिलेवहिले शिक्षण होते.

तथापि, जेव्हा मी स्वतःची कारकीर्द सुरू करायचं ठरवलं, केशकर्तन आणि केशरचना या व्यवसायात मला अजिबातच रस नव्हता. मला उच्चशिक्षण घेऊन आदरातिथ्य उद्योगक्षेत्रात (हॉस्पिटॅलिटी इंडस्ट्री) काम करण्याची इच्छा होती. पण नियतीनं माझ्या नशिबात काही तरी वेगळंच योजून ठेवलेलं होतं. मी जेव्हा पदव्युत्तर अभ्यासक्रम शिकत होतो, त्यावेळी माझ्या वडिलांनी हॉटेलमधली नोकरी सोडून दिली आणि स्वतःचं सलून स्थापन केलं. पुढे कित्येक काळ ते त्यांच्या व्यवसायात मी सहभागी व्हावं यासाठी माझं मन वळविण्याचा कसोशीनं प्रयत्न करत होते. बरीच वर्षे मी त्यांना नकार देत राहीलो पण अखेरीस एका दिवशी मी हार मानली आणि वडिलांनी माझं नाव लंडनच्या एका प्रतिष्ठित हेअर ड्रेसिंग स्कूलमध्ये नोंदवलं. केशरचना व्यवसायामध्ये प्रवेश करण्याच्या दिशेनं ते माझं पहिलं पाऊल होतं.

लंडनमध्ये शिकताना माझ्या लक्षात आलं, की केशकर्तन हा एक अतिशय प्रतिष्ठेचा व्यवसाय आहे आणि मग त्यानंतर माझा संपूर्ण दृष्टीकोनच पार बदलून गेला. त्या काळात भारतापेक्षा संपूर्णतः वेगळी परिस्थिती परदेशात होती आणि केशकर्तन–केशरचना हे एक खूप मोठं ग्लॅमरस काम समजलं जात होतं. या साऱ्याकडे मी एका वेगळ्याचं नजरेनं पाहायला सुरुवात केली. आणि मग कौटुंबिक परंपरा, प्रशिक्षण आणि लंडनमध्ये मिळालेली प्रेरणा या तिन्हीच्या संयोगातून मी या व्यवसायामध्ये पुरता ओढला गेलो आणि या सगळ्यांनी मिळून मला केशकर्तनकार बनवलं.

गेल्या २० वर्षांत केशरचना हे आता माझं बलस्थान बनलं आहे. या कालावधीमध्ये माझ्या डोक्यात अक्षरशः उठता, बसता, खाता, पीता, चालता,

बोलता, जागेपणी, झोपेत, स्वप्नात फक्त आणि फक्त केशरचना (हेअर स्टाईलिंग) एवढा एकच विषय व्यापून उरला होता. आता असं वाटतंय की जणू मी जन्माला आल्यावर डोळे उघडले तेच मुळी हातात कात्री आणि कंगवा पकडून कोणाची तरी केशरचना करण्यासाठीच. मला केशरचना या कामानं एवढं झपाटून टाकलंय की मला अक्षरशः अशी जाणीव होते, की समोर बसलेल्या ग्राहकाचे केस चक्क माझ्याशी बोलतायत आणि त्यांना नक्की काय हवंय ते मला सांगतायत.

लोकांच्या केसांवर काम करताना, त्यांनी आपल्या केसांशी निगडित समस्यांबद्दल माझ्याशी चर्चा करणं हे अपरिहार्यच आहे. या चर्चांमधूनच मी केवळ केस कापणे किंवा त्यांची रचना करणे यापासून आणखी पुढे जाऊन केसांचे सुयोग्य नियोजन करणे, त्यांची निगा राखणे आणि त्यांची वाढ या संदर्भात काम करायला सुरवात केली. मी आता बरीच वर्षे या व्यवसायात कार्यरत आहे आणि जवळपास सर्वच वयोगटातील स्त्री–पुरुष दोन्ही ग्राहकांच्या समस्या, शंका माझ्यापुढ्यात आलेल्या आहेत. लोकांच्या केसांशी निगडित समस्या आणि काळज्या या अगदी देशविदेशात देखील एकसमान आहेत, हे जाणवल्यावर मी अगदी आश्चर्यचकीत झालो.

मी एखाद्या परिषदेमध्ये असलो, एखाद्या चर्चासत्रात असलो एवढंच काय अगदी विमानातून प्रवास करत असलो तरी देखील मी सतत दूरध्वनीवरून लोकांच्या केसांशी निगडित शंकांचे समाधान करतच असतो. माझ्या ग्राहकांना सदैव कोणत्याही वेळी आणि कोणत्याही ठिकाणी माझ्याशी संवाद साधायचाच असतो.

माझ्या ग्राहकांनी मला सदैव व्यग्र आणि सज्ज ठेवलेलं आहे. माझ्या पायाला एक कायमची भिंगरी बांधून टाकलीये म्हणाना! माझा व्यवसाय कित्येक पटींनी वृद्धींगत झालाय. पण दिवसात फक्त २४ च तास असतात आणि तेवढ्या वेळात एक माणूस काय काय करू शकेल याला काही मर्यादा आहेतच. त्यामुळे मी ठरवलं, की केसांचं नियोजन आणि निगा या विषयावरील माझे सगळे विचार अगदी साध्या सोप्या आणि प्रत्यक्षात अमलात आणता येतील अशा सरळ पद्धतीनं लिहून काढायचे.

हेअर योगा हे पुस्तक सेल्फ हेल्प या तत्त्वावर आधारलेलं आहे. तुम्ही किती साध्या आणि सोप्या पद्धतीनं तुमच्या ग्राहकांच्या उपयोगी पडू शकताय यावर कोणत्याही उत्पादनांचं किंवा कार्यप्रक्रियेचं मोल अवलंबून असतं अशी माझी ठाम धारणा आहे. त्यामुळे उपाययोजना या अशाच असायला हव्यात की ज्या कोणालाही कुठेही आणि कधीही अगदी सहजगत्या प्रत्यक्ष अमलात आणता येणं शक्य होईल. तुमच्या केसांच्या आरोग्याची सर्वोत्तम काळजी कशी घ्यायची याबद्दल सारं काही हे पुस्तक तुम्हाला सांगेल. सहजपणे समजावं यासाठी या पुस्तकाची विभागणी अतिशय काळजीपूर्वक विविध विभागांमध्ये करण्यात आलेली आहे. या पुस्तकात चर्चा करण्यात आलेल्या सर्व समस्या आणि त्यांच्या उपाययोजना या भारतीय ग्राहकांच्या भूमिकेतून मांडण्यात आलेल्या आहेत, तथापि, माझ्या परदेशात स्थायिक झालेल्या मित्रपरिवाराला देखील त्या उपयोगात आणताना काहीच अडचण येणार नाही याची मला पूर्ण खात्री आहे.

माझ्या ग्राहकांकडून मला आजवर जे काही मिळालं, त्याची अंशतः परतफेड करण्याची संधी मला मिळतेय याबद्दल मी खूपच कृतज्ञ आहे. हेअर योगा हे माझ्या ग्राहकांचं पुस्तक आहे. तुमच्या केसांशी निगडित सर्व प्रकारच्या समस्या आणि शंकांचं निराकरण या पुस्तकाद्वारे होईल असा मला विश्वास वाटतो. पण याचा अर्थ असा अजिबात नाही, की तुम्ही माझ्याशी प्रत्यक्ष बोलणं थांबवावंत. तुम्हाला आवश्यक वाटेल तेव्हा कधीही माझ्याशी थेट संवाद साधा आणि तुम्हाला सतत अधिकाधिक चांगलं काही तरी देण्यासाठी मला प्रेरणा देत राहा!

जावेद हबीब

१

प्रत्येकाचे केस वेगळे असतात

नाही बाबाजी! जीवनाचं रहस्य नव्हे - मला तुमच्या घनदाट केसाचं रहस्य जाणून घ्यायचं आहे!

मी यापूर्वी अनेक पत्रकार परिषदांमधून हे सांगितलं आहे आणि यापुढेही सांगत राहीन; एक प्रश्न जो मला अगदी हमखास विचारला जातोच तो म्हणजे केसांच्या समस्येबाबत असतो. लोक मला सांगतात, की केसांच्या एखाद्या विशिष्ट समस्येवर मात करण्यासाठी किंवा त्यांचा पोत सुधारण्यासाठी आम्ही विविध प्रकारची प्रसाधने, उपाययोजना वापरून बघितल्या पण एक तर त्यांचा अपेक्षित परिणाम झाला नाही किंवा समस्या आहे तशीच कायम राहिली. माझ्या हे लक्षात आलंय, की केसांशी निगडित समस्या भेडसावणाऱ्या बहुसंख्य लोकांच्या बाबतीत त्यांचे प्रयत्न कमी पडतात असं होत नाही, तर आपल्या स्वतःच्या केसांबाबत त्यांना असलेली माहिती–प्राथमिक ज्ञानच कमी पडत असतं. आपल्या केसांना नीट जाणून, समजून घेणं ही एकमेव बाब केसांशी निगडित कोणत्याही प्रश्नाच्या मुळाशी असते. आपले केस नेमके कोणत्या प्रकारात मोडतात, त्यांना कशाची गरज आहे, त्यासाठी काय करायला हवं हे एकदा तुमच्या लक्षात आलं, की तुमच्या केसांशी निगडित समस्यांपैकी निम्म्यांचं निराकरण तिथेच होऊन जातं. दुसऱ्या कोणाला तरी उपयुक्त ठरले म्हणून सगळ्याच प्रकारचे शांपू तुम्हाला उपयोगी ठरतीलच असं नाही किंवा दुसऱ्याला चांगली दिसते म्हणून कुठल्याही प्रकारची केशरचना तुम्हाला शोभून दिसेलच असंही नाही. एखाद्यासाठी जे पोषक आहे, ते दुसऱ्यासाठी विष ठरू शकतं.

थोडक्यात काय, केसांच्या समस्येसाठी कोणतीही एक सर्वसमावेशक अशी उपाययोजना नाही. चला तर मग आता आणखी कसलीही चर्चा न करता थेट मुद्याला हात घालू या!

आपल्या केसांबद्दल सगळं काही नीट जाणून घेणं खूप महत्त्वाचं आहे. आरोग्य आणि सौंदर्य दोन्ही प्राप्त करण्यासाठी केसांना नेमक्या कशाची गरज आहे, हे समजण्यासाठी ते खूप गरजेचं आहे. एकदा का आपल्या केसांचा नेमका प्रकार, रंग आणि पोत जाणून घेतला की मग त्यानुसार त्यांच्यासाठी सुयोग्य प्रकारची रचना आणि उत्पादने अचूकपणे निवडता येतात. अन्यथा, तुम्ही कितीही महागडी

उत्पादनं, प्रसाधनं वापरा – कितीही महागडी आधुनिक रचना करा, त्यामधून तुम्हाला अपेक्षित असलेला परिणाम अजिबात साधला जाऊ शकत नाही. तेव्हा, केशसुरक्षा आणि केशरचनेच्या या दुनियेमध्ये प्रवेश करण्याआधी आपण केसांबाबतच्या अगदी प्रारंभिक, मूलभूत बाबी नीट समजून–शिकून घेणं अत्यावश्यक आहे, कारण ते खूप अवघ नसलं तरी अत्यंत महत्त्वाचं आहे.

तसं पाहता प्रत्येकाचा केसांचा प्रकार हा जवळपास एकमेवाद्वितीय म्हणावा असाच असला तरी देखील ढोबळमानानं त्यांचे चार प्रकार, तीन पोत (टेक्श्चर) आणि तीन साधारण आकार यामध्ये वर्गीकरण केलं जातं. केसांचा प्रकार, पोत आणि आकार यांची निश्चिती करण्यासाठी काही विशिष्ट आणि ठोस पद्धती जरी अस्तित्वात असल्या तरी सुद्धा नुसत्या स्पर्शाने आणि पाहून सुद्धा आपण ते ओळखू शकतो. केस नेमके कोणत्या प्रकारातील आहेत, हे शोधून काढण्याचा सर्वात सोपा उपाय म्हणजे ते नेहमीप्रमाणे धुवायचे आणि दुसऱ्या दिवशी सकाळी तपासायचे, की ते कसे वाटत आहेत–कोरे(रखरखीत)? तेलकट (चिपचिपीत)? की मऊ आणि मुलायम?

तेलकट, सामान्य आणि रूक्ष हे केसांचे तीन मूलभूत प्रकार आहेत. आपल्या केसांचा आकार कसा आहे, हे जाणून घ्यायचा सगळ्यात सोपा उपाय म्हणजे ते ओले करायचे आणि बघायचं, ते सरळसोट राहातायत की, वळ्या पडून कुरळे होतायत.

मात्र, केस ओले न करता कधीही हा प्रयोग करू नये, कारण केस कोरे असताना त्यांचा नेमका प्रकार, पोत समजून येणं अतिशय अवघड असतं.

केसांची रचना – प्रकार

केसांची रचना ही तीन पातळ्यांवर झालेली असते. सगळ्यात बाहेरचा स्तर म्हणजे त्वचा. मधला स्तर म्हणजे कवटी किंवा बाह्यपटल आणि सर्वांत आतील

स्तर म्हणजे मज्जा (नसा).जर एखाद्याचे केस अगदी कमकुवत किंवा रूक्ष असतील तर त्याचा अर्थ त्या व्यक्तीच्या डोक्यावरी नसा कमजोर आहेत असा होतो. अगदीच पातळ केसांच्या बाबतीत या नसा नष्ट झाल्या असण्याचीही शक्यता असते.

१. सामान्य प्रकारांतील केस

सामान्य प्रकारात मोडणारे केस हे बहुतांश वेळा वळणदार–कुरळे असतात आणि या प्रकारांत डोक्यावरील त्वचा ही खूप कोरडी किंवा अगदी तेलकट सुद्धा नसते. केसांचा हा प्रकार सगळ्यात चांगला समजला जातो, कारण त्यांची निगा राखणं अतिशय सोपं जातं. अगदी समतोल अशा प्रकारचे हे केस कधीच फार रखरखीत किंवा फार चिपचिपीत पण नसतात. या प्रकारातील केस निरोगी आणि सांभाळण्यास सुटसुटीत मानले जातात. हे केस सरळसोटही असू शकतात किंवा कुरळेही असू शकतात आणि ते विभिन्न स्टाईल्स आणि लांबी–आकारांमध्ये शोभून दिसतात. अशा प्रकारच्या केसांसाठी अगदी सौम्य प्रकारचा शांपू सर्वोत्तम उपयोगी ठरतो. लक्षात ठेवा, अशा प्रकारचे केस हे केवळ काही निवडक भाग्यवान लोकांच्या गटाच्या वाट्यालाच येतात.

२. कोरडे – रुक्ष प्रकारचे केस

या प्रकारातील केस हे नाजूक, कमकुवत, पातळ असतात आणि टोकांशी सहजगत्या दुभंगणारे असतात. जेव्हा केस खूप कोरडे पडतात, तो देखील रूक्ष आणि बहुतांश वेळा कुरळ्या केसांचाच एक प्रकार असतो आणि त्यामध्ये डोक्याची त्वचा देखील खूप कोरडी पडलेली असते. अशा प्रकारचे केस वेगाने रुक्ष व खराब होत असल्याने त्यांची निगा राखणे हे खूप अवघड काम असते. या प्रकारातील केसांचा रंग देखील तुलनेने लवकर उतडो आणि ते पेंढा भरल्यासारखे पांढऱ्या रंगाचे दिसू लागतात. अशा प्रकारच्या केसांची देखभाल ही खूप जिकिरीची बाब असते आणि कोणत्याही प्रकारची केशरचना फार काळ त्यांच्यावर टिकून राहू शकत नाही. या केसांमध्ये लवकर गुंता होतो ज्याची परिणती केस

तुटण्यामध्ये–गळण्यामध्ये होते.

त्वचेचा ओलावा कमी असल्यामुळे किंवा त्वचेतील ग्रंथीमधून द्रवणारा स्त्राव हा अपुरा पडत असल्याने या प्रकारात डोक्यावरील त्वचा ही रूक्ष, खवले पडलेली आणि संवेदनक्षम असते. अगदी उच्च दर्जाची कंडिशनर्स आणि दाट मलईदार शांपू यांचा उपयोग करून केसांचा कोरडेपणा, रुक्षपणाचा पोत हा काही प्रमाणात दुरूस्त करता येऊ शकतो. दूध–मलई–तेल यांसारख्या पदार्थांचे मिश्रण आणि रसदार माध्यमांतून मिळणारी चरबी हे या प्रकारांतील केसांना ओलावा–मृदूता मिळवून देण्यास साहाय्यभूत ठरतात ज्यामुळे त्यांची देखभाल करणं जरा सुलभ होतं.

३. तेलकट – चिपचिपीत प्रकारचे केस

तेलकट प्रकारातील केस हे शक्यतो सरळ आणि सपाट असतात. या प्रकारात डोक्यावरील त्वचा ही फार चटकन तेलकट होते. त्वचेतील ग्रंथींमधून द्रवणारे स्त्राव हे खूप जास्त प्रमाणात झरत असल्याकारणाने असे होते, ज्याचा परिणाम म्हणून केसात कोंडा होण्याची शक्यता देखील बळावते.

या प्रकारच्या केसांमध्ये सतत घाम येतो आणि धूळ देखील जास्त प्रमाणात चिकटून राहत असल्याने यांची देखभाल करणे ही फार जिकिरीची बाब असते. या प्रकारचे केस असणाऱ्या व्यक्तींनी जवळपास रोजच डोक्यावरून आंघोळ करणे गरजेचे ठरते. केसांत चिकटून राहणाऱ्या धूळ–घाणीमुळे केसांना विचित्र वाईट दर्प येऊ शकतो, त्यामुळेच 'स्वच्छता' हा या प्रकारच्या केसांसाठी सर्वाधिक महत्त्वाचा भाग असतो. या केसांसाठी शक्यतो साधा आयुर्वेदिक (हर्बल) शांपू वापरणे योग्य ठरते. या प्रकारांत केसांना वारंवार तेलाचा मसाज न करणे किंवा सतत कंगव्याने ते न विंचरणेच इष्ट ठरते कारण तसे केल्यास डोक्यावरील स्त्राव पाझरवणाऱ्या ग्रंथी अधिकच जास्त सक्रिय होण्याची शक्यता असते.

या प्रकारच्या केसांसाठी कोंडा हे हळूहळू भिनणाऱ्या विषासारखीच गोष्ट असते.

४. संमिश्र प्रकारचे केस

जे त्यांच्या मुळाशी तेलकट असतात परंतू टोकाशी कोरडे पडतात, ते केस सामान्यतः या प्रकारात मोडतात. केस धुतल्यानंतर साधारण सहा तासांनी त्यामध्ये तेलकटपणा येण्यास सुरुवात होते. या प्रकारचे केस असलेल्यांनी उन्हाळ्याच्या दिवसांत अधिक दक्षता घेणे तसेच इतरवेळीही आठवड्यातून किमान दोन वेळा शांपूचा उपयोग करणे आवश्यक ठरते. अगदी साधा शांपू या केसांसाठी सर्वाधिक उपयुक्त ठरतो, कारण त्यामुळे त्वचेवरील तेलकटपणा दूर होतो आणि त्याचवेळी केसांची टोके कोरडी होण्यापासून वाचतात.

केसांचा पोत (टेक्श्चर)

केसांचा व्यास हा त्यांचा पोत कसा आहे, ते आपल्याला सांगतो. केसांचे एकूण तीन प्रकारचे पोत असतातः

१. दाट

२. मध्यम

३. नाजूक किंवा पातळ

केसांचा आकार

केसांचे प्रामुख्याने तीन आकार असतात आणि ते अगदी सहजगत्या ओळखता येतातः

१. सरळ केस हे शक्यतो गोलाकार असतात

२. नागमोडी केस हे बहुतांश अंडाकृती असतात

३. कुरळे केस हे जवळपास सपाट असतात

केसांविषयीच्या एका मोठ्या भ्रामक समजुतीचे खंडन

व्यक्तीचा वंश किंवा राष्ट्रीयत्व यानुसार केसांचा आकार ठरतो ही अगदी भ्रामक समजूत आहे. कोणाचेही केस सरळ, नागमोडी किंवा कुरळे असू शकतात. तुम्ही कोणत्या वंशाचे, जाती, धर्म, वर्ण, देशाचे आहात यामुळे काहीही फरक पडत नाही.

केसांची वाढ

वय, आरोग्य, पोषण, संप्रेरके आणि वातावरण यानुसार दरमहा आपल्या केसांची पाव इंच ते एक इंच एवढ्या प्रमाणात वाढ होत असते. शरीराचे विविध भाग, व्यक्तीचे लिंग, वंश आणि वय यानुसार केसांच्या वाढीचा वेग हा विभिन्न असू शकतो. वयाच्या १५ ते ३० वर्षांदरम्यान डोक्यावरील केसांच्या वाढीचा वेग हा सर्वाधिक असतो. तर वयाच्या ५० ते ६० वर्षे या कालावधीत हाच वेग सर्वांत मंदावलेला असतो.

पुरुषांच्या तुलनेत स्त्रियांच्या डोक्यावरील केस अधिक वेगाने वाढतात. बदलत्या मोसमानुसार देखील केसांच्या वाढीमध्ये फरक पडलेला आढळून येतो.

केसांविषयीच्या भ्रामक कल्पनांचे खंडन

घट्ट आवळून बांधणे, मुंडन करणे, कुरतडणे, कापणे आणि टोकांशी दुभंगणे (फाटे असणे) यामुळे केसांच्या वाढीवर परिणाम होतो हा गैरसमज आहे. असे काहीही होत नसते. कुठल्याही बाह्य गोष्टींचा तुमच्या केसांच्या वाढीवर कसलाही परिणाम होत नाही. केसांची वाढ ही एक अंतर्गत प्रक्रिया असून पूर्णतः तुमच्या स्वयंआरोग्याशी निगडित आहे.

प्रत्येक प्रकारच्या केसांना वेगवेगळ्या देखभालीची गरज असते. आपल्या केसांविषयी नीट माहिती करून घेणे आणि मग त्यानुसार वागणे इष्ट ठरते. जर आपल्या केसांचा प्रकार, पोत आणि स्थिती व्यवस्थित समजून घेऊन त्यानुसार त्यांची केशरचना आणि देखभाल केली तर त्यामधून सर्वाधिक चांगला परिणाम अनुभवास येतो तसेच तुमच्या केसांची स्टाईल व्यवस्थित राखणे देखील सहजशक्य होते. तेव्हा जर तुम्हाला निरोगी आणि आकर्षक केस हवे असतील तर त्याकरिता त्यांना ज्याची गरज आहे, ते करा – तुम्हाला जे करावेसे वाटते ते नको!

जे आवडते, त्यापेक्षा जे योग्य आहे ते करा!

बाकीचे काय करतात यापेक्षा तुमच्या केसांसाठी योग्य काय आहे, ते करणे हेच सर्वांत महत्त्वाचे असते. तुमच्या केसांचा प्रकार-पोत कसा आहे ते जाणून त्यानुसारच सर्वोत्तम प्रकारची निगा राखणे आणि स्टाईल करणे शक्य होते.

सर्वप्रथम आपल्या केसांचा प्रकार काय आहे ते जाणून घेऊन मगच त्यांच्यावर प्रयोग करणे इष्ट होय. केसांचा प्रकार जाणून घेतल्यामुळे त्यांच्यासाठी योग्य काय आहे, हे तुम्हाला आपोआप समजून येईल. केशरचना करताना, केशसुरक्षा उत्पादने, प्रसाधने निवडताना किंवा केसांशी निगडित उपाययोजना करताना कधीही तुमच्या केसांच्या प्रकार आणि पोताच्या विरोधात जाण्याची चूक करू नका. जर तुम्ही केसांच्या प्रकारानुसार या सगळ्याची निवड केलीत तर आणि तरच तुम्हाला चांगला परिणाम मिळेल आणि केसांना कसलेही नुकसान पोचणार नाही. शांपू- कंडिशनर्स यासारखी उत्पादने आपण नियमित वापरत असतो आणि त्यांचा परिणाम दीर्घकालीन असतो त्यामुळे त्यांची निवड अतिशय सजगपणे आणि आपल्या केसांना साजेशी असेल अशाच प्रकारे करा. उत्पादनावर छापलेली माहिती नीट वाचा आणि आपल्या केसांच्या प्रकाराला अनुरूप असेल तरच ते उत्पादन विकत घ्या. आकर्षक जाहिराती, पॅकेजिंग किंवा ब्रँडींग यांची भुरळ पडून कोणतेही उत्पादन खरेदी करू नका. बऱ्याचवेळा लोकांची अशी समजूत असते, की महागडी किंवा परदेशी ब्रडँची उत्पादने ही खूप 'भारी' असतात आणि ती वापरल्याने जादूई परिणाम अनुभवायला मिळतील. हा पूर्णतः गैरसमज आहे. केवळ तुमच्या केसांच्या प्रकाराला अनुरुप घटक समाविष्ट असलेले उत्पादनच तुम्हाला जादुई परिणाम दाखवू शकते.

जेव्हा केशरचनांचा विषय येतो, तेव्हाही तुम्ही पुन्हा एकदा अगदी तोच नियम अनुसरणं गरजेचं आहे. तुमच्या केसांच्या पोताला अनुसरूनच केशरचना करायला हवी. तुम्हाला चांगला परिणाम मिळावा असं वाटत असेल, तर तुमच्या केसांच्या प्रकारानुसार जी योग्य असेल तीच रचना करायला हवी. लक्षात ठेवा, नेहमी

तुमच्या केसांच्या प्रकाराला अनुरूप ठरेल अशीच कटिंग करणं सूज्ञपणाचं आहे. तुम्ही टीव्ही. वर जे काही बघता, किंवा तुमचे मित्र–मैत्रिणी जे काही करतात ते तुमच्यासाठी योग्य असेलच असं नाही.

कारण त्यांच्या केसांचा प्रकार वेगळा असू शकतो किंवा ते जगत असलेल्या जीवनशैलीची तशीच गरज असते. वास्तवात बहुतांश सगळ्या शांपूच्या जाहिराती या कायम फक्त मऊ–मुलायम केसांविषयी बोलतात परंतू आमचा शांपू वापरल्यामुळे तुमचे केस किती स्वच्छ होतील याविषयी एकाही जाहिरातीत उल्लेख नसतो. दुसरे काय करतायत त्याचं कृपया अंधानुकरण करू नका. आपल्या केसांना पूर्णपणे समजून घेतल्यानंतर त्यांच्यासाठी काय योग्य आहे केवळ तेच करा. कित्येक वेळा लोक अचानक आपले केस कापणं बंद करून ते वाढवायला सुरुवात करतात, कारण त्यांचा लाडका बॉलिवूड स्टार त्याचे केस वाढवत असतो अथवा सगळीकडे तशी फॅशन रूढ झालेली असते; पण लक्षात घ्या, असं करणं साफ चुकीचं आहे. केसांच्या काही प्रकारांत आणि पोतांच्या अवस्थांमध्ये असं करणं हे आरोग्यदृष्ट्या अजिबात हितावह ठरत नाही. जर तुमचे सपाट किंवा पातळ असलेले केस कुठलंही ट्रिमिंग न करता तुम्ही वाढवत राहिलात तर त्यामुळे निश्चितच केसांना इजा पोचू शकते. तुमचे केस कमकुवत होतील आणि गळण्यास सुरवात होईल.

कुठल्याही प्रकारची रासायनिक उपाययोजना करताना देखील केसांचा प्रकार आणि परिस्थिती यांचा विचार करायला हवा. बाकीचे लोक जे करत आहेत किंवा ज्याची सध्या फॅशन आहे, अशा गोष्टी अजिबात करू नका. तुमच्या केसांची प्रकृती कशी आहे, त्यांची गरज काय आहे हे जाणून घ्या आणि मग त्यानुसारच उपाययोजना निवडा. जे केस आधीच खराब झालेत, ते रंगवले, किंवा पातळ केसांवर ते सरळसोट करण्याची रासायनिक प्रक्रिया केली तर नक्कीच तुमच्या केसांवर त्याचा दुष्परिणामच होईल आणि ते मोठ्या प्रमाणात गळायला सुरुवात होईल. शिवाय तुम्हाला अपेक्षित असलेली केशरचना देखील करता येणार नाही ते

वेगळंच नुकसान. रासायनिक उपाययोजनांचे परिणाम हे कायमस्वरुपी टिकणारे असतात आणि बहुसंख्यवेळा ते विपरितच असतात. तेव्हा तुमच्या केसांवर होणारे दुष्परिणाम टाळण्यासाठी अशा उपाययोजनांची निवड फार काळजीपूर्वक करा. लक्षात घ्या, आपल्या केसांची स्टाईल आणि देखभाल ही नेहमीच सहज–सोपी आणि आरामात सांभाळता येण्याजोगी असायला हवी.

आणि हे तेव्हाच शक्य आहे, जेव्हा तुम्ही तुमच्या केसांचा प्रकार व्यवस्थितपणे शिकून समजून घ्याल. काही वेळा असं होतं, की तुम्ही आपल्या केसांचा पोत बघून त्याला अनुरुप अशी केशरचना करता आणि तरी देखील तुम्हाला अपेक्षित तो परिणाम नजरेस येत नाही. असं होण्याचं कारण म्हणजे, तुम्ही तुमच्या केसांची नेमकी स्थिती कशी आहे ते देखील लक्षात घ्यायला हवं. केस खराब झाले आहेत का, त्यांच्यावर रासायनिक प्रक्रिया करण्यात आलीये का किंवा अगदी त्यांना मेंदी फासण्यात आलीये का आदी मुद्दे देखील अशा वेळी विचारात घ्यावे लागतात. यांपैकी काहीही केलेलं असेल तर तुम्ही कोणत्याही प्रकारची केशरचना करण्याआधी व्यावसायिक तज्ज्ञ व्यक्तीचा सल्ला घ्यायला हवा. प्रत्येकानं आपापल्या केसांसाठी करावं असं काही ना काही वेगळं–विशेष असतंच आणि त्यासाठी सुयोग्य सल्लामसलत हा सर्वात चांगला मार्ग ठरतो.

२

बहुतांश जणांना पडणारे केसांशी निगडित प्रश्न

मला अशी केशरचना करून हवीये, की ज्यामुळे मी एकदम नाजूक आणि सडपातळ दिसेन!

प्रश्न, प्रश्न, प्रश्न आणि आणखी जास्त प्रश्न! मी प्रवासात असो किंवा सलूनमध्ये काम करत असो किंवा थोडा आराम करण्यासाठी एखाद्या सुटीच्या ठिकाणी गेलेला असो मी कायमच केसांशी निगडित प्रश्नांच्या भडीमारात गुरफटलेला असतो. पिढ्यान् पिढ्या लोकांच्या मनात केसांविषयी काही विशिष्ट संकल्पना अगदी ठाम रुजलेल्या असतात. त्यापैकी काही बरोबर असतातही पण कित्येक संकल्पना या अगदीच हास्यास्पद असतात आणि त्यांचं नीट निराकरण करणं अतिशय गरजेचं ठरतं. विशेषतः भारतामध्ये, केसांवर काय आणि कसला उपाय करायला हवा यासंदर्भात अगदी प्रत्येकाकडे काही ना काही सांगण्यासारखा सल्ला असतोच. तरी देखील कित्येक चुकीच्या आणि भ्रामक समजुती आपल्या अवती– भोवती पसरलेल्या असतात. वास्तविक पाहता, अशा भ्रामक समजुतींमुळेच केसांशी निगडित विविध समस्या निर्माण होतात. छोट्या गाव-खेड्यांमधून या संकल्पना अगदी घट्ट रुजलेल्या असतात आणि पिढ्यानपिढ्या लोक अजिबात विचार न करता आंधळेपणाने त्या अनुसरत असतात. लोकांच्या मनावर भ्रामक समजुतींच्या एका मोठ्या ढगाने गारूड केलेलं आहे. केस, केसांशी निगडित उत्पादने आणि प्रक्रिया यांबाबतचे सुस्पष्ट आणि सुयोग्य ज्ञान त्यांना मिळवून दिलं तरच या समजुतींचा मुखवटा दूर होऊन त्यांना सगळं सत्य स्वच्छपणे कळून येईल असा माझा ठाम विश्वास आहे.

केसांचे आरोग्य जपणे हे अगदी प्रत्येकासाठी अत्यावश्यक आहे. केसांविषयी लोकांच्या मनात असलेला भ्रमाचा भोपळा फोडण्याचा आणि वर्षानुवर्षे लोकांच्या मनाची पकड घेणाऱ्या केसांशी निगडित शंकांचे समाधान करण्याचा प्रयत्न मी या प्रकरणात करणार आहे.

१. शांपू वापरल्याने केस कमकुवत होतात

शांपू वापरल्याने केस कमकुवत होतात आणि गळायला लागतात. अजिबात नाही. खरं तर, शांपू वापरणं हे केसांच्या आरोग्यासाठी खूप चांगलं असतं, कारण त्यामुळे केसांवर बसलेली सगळी धूळ, घाण, त्वचेवर साठलेला तेलकटपणा दूर होऊन केस स्वच्छ आणि ताजेतवाने होतात. पण जर शांपू तुमच्या केसांत तसाच

राहू दिलात तर मात्र ते केसांसाठी धोकादायक ठरतं. त्यामुळे शांपू लावल्यानंतर अगदी काटेकोरपणे केस धुवून काढणं हे फार महत्त्वाचं आहे.

२. तेलाच्या मसाजामुळे कोंडा होतो

तेलाच्या वापरामुळे कधीही केसांत कोंडा तयार होत नाही. तेलाचा मसाज केल्यामुळे केसांना पोषण मिळतं आणि डोक्यावरील त्वचेमध्ये रक्ताभिसरणाची प्रक्रिया सुधारण्यास मदत होते. तेलाचा मसाज हा मुख्यत्वे शांतपणा–निवांतपणा मिळावा यासाठी केला जातो. तुम्ही जर मसाज केल्यानंतर केस नीट धुतले नाहीत तरच डोक्यात कोंडा तयार होतो. तेलाच्या मसाजानंतर केस शांपूने व्यवस्थित धुवून घ्यायला हवेत अन्यथा केसांत शिल्लक राहिलेला शांपू आणि आधीच लावलेले तेल हे दोन्ही केसांत धूळ आणि प्रदुषित वायू अडकवून ठेवतात ज्याचा परिणाम म्हणून केसांत कोंडा तयार होऊ शकतो; परंतु शांपू किंवा तेल या दोन्हीमुळे थेट कोंडा कधीच तयार होऊ शकत नाही. तेव्हा, तेलाचा मसाज केल्याने केसांत कोंडा होतो हा गैरसमज आहे.

३. आहाराचा केसांच्या गुणवत्तेशी काही संबंध नाही

केवळ चांगल्या प्रकारची केशसुरक्षा उत्पादने वापरल्याने आणि नियमित केशरचना करून घेतल्यानेच केस निरोगी आणि सुंदर राहतात अशी काही लोकांची ठाम धारणा असते, जी साफ चुकीची आहे. केशरचना आणि आरोग्य उत्पादने महत्त्वाची आहेत पण केवळ तेवढेच उपयोगाचे नाही, निरोगी केस ही शरीरातील अंतर्गत प्रक्रिया आहे. तुमच्या आहाराचा तुमच्या केसांच्या गुणवत्तेशी आणि आरोग्याशी अतिशय घनिष्ट संबंध असतो. जर तुम्ही चांगला पोषक आहार घेत असाल तर निश्चितपणे तुमचे केस देखील निरोगी आणि सशक्त बनतात. फळे, भाज्या, भरपूर पाणी आणि अन्य आवश्यक पोषक घटक यांचे सेवन करणे म्हणजे चांगला आहार आणि तो नियमित घेतल्याने केस निश्चितच निरोगी आणि सशक्त बनतात यात शंका नाही.

४. तेलाचा मसाज केल्याने केस पटकन वाढतात

तेलाचा वापर केल्याने केसांची लवकर वाढ व्हायला मदत होते हा एक फार मोठ्या प्रमाणावर पसरलेला गैरसमज आहे. तेलामुळे केसांना कसल्याही प्रकारचे पोषण मिळत नाही. केस वाढण्यासाठी तेलाचा काहीही उपयोग होत नाही. तेलामुळे केवळ केसांना मृदुता मिळते. तेल हे केसांसाठी एखाद्या वंगणाचे काम करते आणि काही काळाकरिता त्यांना मुलायम बनवते. तेलाने केसांना मसाज केल्यावर आपल्याला एकदम शांत–निवांत वाटतं. आपल्याला असा भास होतो की तेल आपल्या डोक्यात आत झिरपतंय पण प्रत्यक्षात तसं होत नसतं, डोक्यावरील त्वचा अजिबात तेल शोषून घेत नाही. तेलाचा मसाज ही केवळ एक बाह्य केशसुरक्षा प्रक्रिया आहे आणि त्याचा केसांच्या वाढीशी काहीही संबंध नाही.

खरं तर, तेल चोपडल्यानंतर आपण नेहमीपेक्षा जास्त वेळ केस पाण्याखाली धुतो, जेणेकरून त्यांचा चिपचिपीतपणा निघून जावा आणि तसं केल्यानं केस पुन्हा कोरडेच पडतात.

५. मेंदी लावलेल्या केसांवर रंग लावल्यास तो दीर्घकाळ टिकतो

मेंदी फासलेल्या केसांवर जर केसांसाठीचा रंग (हेअर कलर) लावला तरी देखील तो दीर्घकाळ टिकत नाही. वास्तविक पाहता, मेंदीमुळे केसांना एक कायमस्वरुपी रंगाचा थर लागून जातो आणि तो दुसऱ्या कुठल्याही रंगाला आपल्याला झाकोळू देत नाही. मेंदीचा किंवा रंगांचा खूप जास्त वापर केल्यास मेंदीतील घटक केसांच्या मूळ पोतावर विपरित परिणाम घडवून आणतात आणि परिणामी केस रुक्ष खरखरीत होण्याचीच जास्त भीती असते. त्यामुळे, केसांवर एक तर मेंदी लावावी किंवा रंग लावावा. दोन्हीचा एकत्रित वापर करण्यामुळे कधीही चांगला परिणाम मिळू शकत नाही.

६. सतत केस कापल्याने ते जास्त वेगाने वाढतात

केस सतत, वरचेवर कापल्याने ते अधिक जोमाने आणि लवकर वाढतात ही समजूत साफ चुकीची आहे. केसांना एक नीट आकार देण्याचं काम करण्यापुरताच केस कापणे या प्रक्रियेचा हेतू असतो. केसांच्या टोकांना फाटे फुटले असतील, ते दुभंगले असतील तर ते देखील दुरूस्त होतात एवढाच काय तो या प्रक्रियेतून होणारा लाभ. केसांची वाढ ही एक अंतर्गत क्रिया आहे आणि त्याचा केस कापण्याशी काहीच संबंध नाही. केवळ स्टाईल म्हणून केस कापायचे असतात, जोमाने वाढावेत म्हणून नव्हे.

७. दुभंगलेले केस दुरूस्त करता येतात

केसांची टोकं जर दुभंगलेली असतील तर ती दुरूस्त करता येत नाहीत. केसांच्या टोकांना फाटे फुटले असतील तर ते कापून टाकणे हा त्यापासून सुटका मिळविण्याचा एकमेव मार्ग आहे. कुठल्याही प्रकारचं प्रसाधन, शांपू, कंडिशनर किंवा अन्य कसलीही प्रक्रिया यासाठी उपयुक्त ठरत नाही.

८. केस अचानक कधीही पांढरे होऊ शकतात

केस हे कधीही अचानक रातोरात काळ्याचे पांढरे होत नाहीत. केसांचा रंग बदलून ते रुपेरी किंवा पांढरे होणे ही एक हळूहळू सुरू असलेली प्रक्रिया आहे. काही लोकांमध्ये केस झपाट्याने पांढरे होतात तर काहींमध्ये सावकाश होतात. पण एका रात्रीत काळ्याचे पांढरे कधीच कोणाचेच होत नाहीत. वाढते वय, हे सामान्यतः केस पांढरे होण्यामागचं प्रमुख कारण आहे.

९. एक पांढरा केस उपटला तर आणखी चार-पाच केस पांढरे होतात

आपण जर डोक्यावरचा एक पांढरा केस उपटून टाकला तर त्याच्या आजूबाजूचे आणखी चार केस पांढरे होतात. ही एक अतिशय चुकीची आणि पूर्णतः निराधार अशी समजूत आहे. केस उपटण्याचा ते पांढरे होण्याशी काहीही संबंध नाही. केस

पांढरे होणं ही शरीरातील अंतर्गत प्रक्रिया असून बाह्य कृतीचा त्याच्यावर कसलाही परिणाम होत नाही. तेव्हा जर तुम्ही एक पांढरा केस उपटून टाकलात तर पुन्हा केवळ एकच पांढरा केस उगवतो. तुमचे बाकीचे केस आहेत तसेच, त्याच रंगाचे राहतात.

१०. पांढऱ्या केसांवर औषधांचा उपयोग होतो

काही औषधांच्या उपयोगाने पांढऱ्या केसांपासून मुक्तता मिळू शकते हा एक चुकीचा समज आहे. वाढते वय किंवा चुकीची जीवनशैली यांमुळे केस पांढरे व्हायला लागतात. वय वाढण्यापासून कोणीच रोखू शकत नाही पण आपली जीवनशैली चांगली ठेवणं हे पूर्णतः आपल्याच हातात असतं. चांगला चौरस, पोषक आहार घेणं, भरपूर फळं आणि हिरव्या भाज्या खाणं तसंच जंक फूचं सेवन टाळणं आणि भरपूर पाणी पिणं ही चांगल्या जीवनशैलीची लक्षणं आहेत. चांगल्या चमकदार केसांसाठी पुरेशी झोप घेणं देखील खूप महत्त्वाचं असतं. औषधे नव्हे तर चांगली जीवनशैली तुम्हाला पांढऱ्या केसांपासून दूर ठेवू शकते.

११. कोरडी त्वचा आणि कोंडा दोन्ही एकच

कोरडी रुक्ष त्वचा आणि कोंडा या दोन वेगवेगळ्या समस्या आहेत. दोन्ही परिस्थितींमध्ये सगळी लक्षणं जवळपास एकसारखीच असतात. दोन्ही बाबतीत केसांमध्ये कोरडे कण तयार होतात तरी देखील आपण सरसकट त्याला कोंडा असं नाव देऊन मोकळे होतो. कोरड्या केसांसाठी बनविलेला शांपू वापरून त्यानंतर कंशिनरनं केस धुणे हा रूक्ष त्वचेवरील उपाय आहे, तर अँटीडँड्रफ शांपू वापरणं हा कोंडयापासून सुटका मिळविण्याचा उपाय आहे. केसांमध्ये कोंडा झाला असेल आणि त्यावर जर तुम्ही कंडिशनर लावलं तर ते केसांसाठी धोकादायक ठरू शकतं.

१२. टोकाशी दुभंगलेले केस वाढत नाहीत

केस हे डोक्यावरील त्वचेपासून–मुळापासून वाढत असतात. केसांची टोकं दुभंगलेली असतील, त्यांना फाटे फुटलेले असतील तर त्यामुळे केस कोरडे

पडतात आणि रखरखीत होतात परंतु त्याचा केसांची वाढ थांबण्याशी काहीच संबंध नाही. केसांची वाढ ही पूर्णपणे तुमचे आरोग्य आणि जीवनशैली यांच्यावर अवलंबून असते.

१३. वारंवार केस कापल्याने ते दाट बनतात

केस वारंवार कापण्याचा आणि त्यांच्या दाटपणाचा एकमेकांशी सुतराम संबंध नाही. केसांची रचना आणि त्यांचा पोत ही एक नैसर्गिक प्रक्रिया असून कुठल्याही प्रकारच्या उपाययोजना, उपचार करून तुम्ही त्यात बदल घडवून आणू शकत नाही. केस नियमित कापल्यामुळे केसांची रुक्ष टोके नष्ट होतात आणि निश्चितच त्यांना एक निरोगी लूक प्राप्त होतो पण केस दाट होण्याशी ते कापण्याचा काहीही संबंध नाही.

१४. रासायनिक प्रक्रियेनंतर केस लगेच धुणे योग्य नाही

कुठल्याही रासायनिक प्रक्रियेचा आणि केस धुण्याचा एकमेकांशी काही संबंध नाही. केसांना रंग लावणे, ते कृत्रिमरित्या सरळ करणे इत्यादींचा रासायनिक प्रक्रियांत समावेश होतो. त्या झाल्यानंतर फक्त एक योग्य प्रकारचा शांपू वापरा आणि मुलायमपणे केस धुवून टाका. रासायनिक प्रक्रिया केल्यानंतर अगदी लगेच जरी तुम्ही केस धुतले तरी त्यामुळे त्वचेवर ओरखडे उठत नाहीत किंवा अन्य नुकसान होत नाही.

हे मात्र तेवढंच खरं आहे, की आपल्याला अपेक्षित परिणाम साधायचा असेल, तर रासायनिक प्रक्रिया झाल्यानंतर ठराविक अपेक्षित वेळ जाऊ देणे हे केव्हाही इष्टच ठरते.

तर अशा प्रकारे, मला बहुतांश वेळा लोकांकडून वारंवार विचारल्या जाणाऱ्या ठळक सामायिक प्रश्नांची उत्तरे मी येथे दिलेली आहेत. तर आता चला पुढच्या तिसऱ्या प्रकरणाकडे वळूया आणि केसांना करावयाच्या मूलभूत तेल मसाजाबद्दल जाणून घेऊ या.

३
तेलाचा मसाज

एकदा का त्यानं तेलाचा मसाज केला, की कापायला केसच उरत नाहीत! आणि केस कापायची वेगळी गरजच रहात नाही!

केसांना तेल लावणं ही एक खास भारतीय संकल्पना आहे. तेलाचा भरपूर मसाज केल्याशिवाय केस धुवायचे असतात यावर आपल्या लोकांचा जणू विश्वासच नसल्यासारखं आहे. केसांना तेल लावल्याने ते मुलायम दिसतात आणि निरोगी राहतात. तेल मसाजामुळे कोंडा, शुष्कता आणि केस तुटणे आदी समस्यांची देखील काळजी घेतली जाते. पण आपल्या इथे एक सर्वसामान्य समज असा आहे, की तेल लावल्याने केस गळती थांबते आणि केसांची लवकर वाढ होते. त्यामुळे बहुसंख्य भारतीय लोक केसांना दिवसभर तेल लावून ठेवणे किंवा रात्री झोपताना तेलाचा मसाज करून सकाळपर्यंत केस तसेच ठेवणे किंवा सतत चोवीस तास केसांना तेल चोपून वावरणे यासारखे उद्योग करताना आढळून येतात. एकदा मी बंगळुरुमध्ये माझ्या एका व्यावसायिक सहकाऱ्यासोबत बसलो होतो आणि माझ्या लक्षात आलं की त्याचे केस खूपच तेलकट आहेत. त्याचवेळी त्याने मला सांगितलं, की डोक्याला नियमितपणे तेलाचा मसाज करून देखील तो केस गळण्याच्या समस्येने ग्रस्त आहे. त्याला हे जाणवलंच नाही की बंगळुरुमधील हवामान हे तेलकट केसांसाठी अजिबात हितावह नाहीये. बंगळुरुमधील दमट हवामानामुळे त्याने केसांना तेल लावून देखील त्याचा अपेक्षित परिणाम दिसून येत नव्हता. उलट अशा हवेत केस आणखीनच चिकट बनतात.

केस जर दीर्घकाळपर्यंत तेलकट राहिले तर त्यामध्ये कोंडा होतो तसेच केसांच्या मुळांशी निगडित समस्या देखील उद्‌भवतात. मी त्या सहकाऱ्याला एक चांगला शांपू आणि कंडिशनर वापरायचा सल्ला दिला आणि हे देखील सांगितलं, की कंशिनरचा वापर केवळ केसांवरती करावा, डोक्यावरील त्वचेला त्याचा अजिबात स्पर्श होता कामा नये; तसे केल्याने केस चिकट न रहाता त्यांची सहज देखभाल शक्य होईल.

तेलाचा मसाज हा केसांसाठी महत्त्वाचा असतो, परंतु नेहमीच नाही. आपल्या केसांना योग्य पद्धतीने तेल कसे लावावे आणि आपल्या केसांच्या प्रकारानुसार कोणते तेल वापरावे याची नीट माहिती करून घेणे फार गरजेचे आहे.

तेल मसाज करण्याचे फायदे

डोक्याला तेल लावणे ही भारतात जणू परंपरा असल्यासारखी आहे. पिढ्यान्‌पिढ्या आपल्या आजी–आई यांच्याकडून केसांना तेल लावण्याचे फायदे आणि पद्धती पुढील युवा पिढीपर्यंत पोहोचलेल्या दिसून येतात. आपल्या पूर्वजांकडून निसर्गतःच आपल्या अंगवळणी पडून गेलेली ही एक सवय आहे. तेलाचा उपयोग हा आपल्या संस्कृतीत फार खोलवर रूजलेला आहे. तथापि, केसांना तेल लावणे हे थंड हवेच्या ठिकाणी हितावह ठरत नाही कारण तेल गोठल्याने डोक्यावरील त्वचेला चिकटून बसते आणि त्यामुळे केस मेणचट, घाणेरडे होतात. भारतात बहुतांश उष्ण हवामान असल्याने वातावरणातील आर्द्रता आणि दमटपणामुळे केस डोक्यावरील त्वचेला चिकटून बसत नाहीत. वास्तविक पाहता उष्ण आणि दमट हवामान हे तेलाच्या मसाजासाठी पोषकच असते कारण या हवामानामुळे तेलातील घटकांना डोक्याच्या त्वचेमध्ये व्यवस्थित झिरपण्यास सहाय्य मिळते आणि त्यायोगे केसांच्या मुळांना आवश्यक ते पोषण प्राप्त होते. तेल लावण्याचे अनेकविध फायदे आहेत; केसांना लावलेले तेल हे धूळ, प्रदुषण, अतिनील किरणे आदी अपायकारक घटकांना अडथळा निर्माण करते आणि केसांचे त्यांच्या दुष्परिणामांपासून संरक्षण करते. तेलामुळे डोक्याच्या त्वचेतील ओलावा टिकून राहतो आणि ती शुष्क पडण्यापासून रोखली जाते. तेलाच्या मसाजामुळे आपल्याला शांत आरामदायी वाटते. केसांना तेलाचा मसाज केल्यामुळे आपल्याला स्वस्थचित्त वाटते, ताणल्या गेलेल्या स्नायूंना आराम मिळतो, डोकेदुखीपासून सुटका होते आणि डोक्याच्या त्वचेमधील रक्ताभिसरण सुधारते. तेलामुळे केसांची मुळे सशक्त राहण्यास देखील मदत होते. तेल हे डोक्यावरील त्वचेसाठी एखाद्या वंगणाप्रमाणे काम करते जे त्वचेला आवश्यक मसाज पुरवून शांत ठेवते.

केसांना कंडिशनिंग करण्यासाठी देखील तेलाचा उपयोग करता येतो. त्यासाठी पुढील पद्धतीचा अवलंब करू शकतो:

- खोबरेल तेलाने आपल्या डोक्यावरील त्वचेला हळूवार मसाज करावा.
- डोक्याला गरम वाफेचा टॉवेल गुंडाळावा. सुमारे १५ ते २० मिनिटे तसाच ठेवल्यानंतर तुम्ही तो टॉवेल काढू शकता.

- केस तशाच अवस्थेत पूर्ण रात्रभर ठेवले तरी चालतात, दुसऱ्या दिवशी सकाळी ते धुवावे. तेल लावल्यानंतर केस थंड पाण्यानेच धुवावेत.

कोमट तेल हे मसाज करण्यासाठी अतिशय उत्तम असते कारण ते त्वचेमध्ये लवकर शोषले जाते. चांगला परिणाम मिळण्यासाठी तुम्ही रात्रभर केसांमध्ये तेल तसेच ठेवू शकता. तेल लावण्यापूर्वी एकदा जर डोके धुवून स्वच्छ केले तर ते अधिक उत्तम असते.

खराब धूळभरल्या केसांमध्ये तेल लावल्यास ते नुकसानदायी ठरते. केसांना तेल लावणे ही एक पूर्णत: नैसर्गिक प्रक्रिया आहे कारण त्यामध्ये कुठल्याही प्रकारच्या रासायनिक घटकांचा अंतर्भाव नसतो त्यामुळे तेल हे डोक्याच्या त्वचेसाठी सर्वोत्कृष्ट कंडिशनर मानले जाते. डोक्याला तेल लावताना नेहमी अगदी हळूवारपणे त्याचा मसाज करावा कारण जर खूप दाबून खसाखसा चोळले तर त्यामुळे केस तुटण्याचा धोका संभवतो. बाजारात खूप विविध प्रकारची केशतेल उपलब्ध आहेत आणि आपल्या केसांसाठी जे गरजेचे आहे ते योग्य प्रकारचे तेल निवडणे ही आपली जबाबदारी आहे.

केशतेलांचे प्रकार

तुम्ही एक तर तुमच्या आवडीनुसार केशतेल निवडू शकता किंवा मग तुम्हाला जी समस्या भेडसावते आहे त्यानुसार निवडू शकता. अगदी साध्या खोबरेल तेलापासून ते महागड्या बदाम तेल, जोजोबा तेल, ऑलिव्ह तेल आणि मोरोक्कन तेलापर्यंत अनेकविध प्रकारची तेले बाजारात ओळीने सज्ज आहेत. मात्र प्रत्यक्ष खरेदी करताना तेलाच्या शुद्धतेचे परिमाण हा एकच सर्वोत्तम निकष लावून आपण तेलाची निवड करणे श्रेयस्कर होय. ज्या तेलांमध्ये कृत्रिम सुगंधाचा उपयोग केला गेला आहे अशा प्रकारचे तेल वापरणे शक्य तेवढे टाळलेलेच बरे. मिश्र किंवा द्रावण केलेले तेलाचे विविध प्रकार आजकाल खूप सरसकट पाहायला मिळतात त्यामुळे बाहेर पडून तेल खरेदी करण्याआधी आपला गृहपाठ पक्का असलेला केव्हाही उत्तमच. तेल खरेदी करताना ते शक्यतो कमी प्रमाणातच घ्यावे आणि

काचेच्या बाटलीमध्ये साठवून ठेवावे, असे केल्याने तेल दीर्घकाळपर्यंत ताजे राहते.

तेलाचे काही प्रमुख प्रकार आणि त्यांचे प्रमाण याबद्दल काही टीप्सः

खोबरेल तेलः

हे एक मौल्यवान परंतु अतिशय सहजगत्या उपलब्ध होणारे तेल असून याचा वापर ही एक प्राचीनकाळापासून चालत आलेली उपाययोजना आहे. साधे खोबरेल तेल जरी गेली हजारो वर्षे वापरात असले तरी अलिकडच्या काळात त्याचे पुनरूज्जीवन झाल्यासारखेच आहे. खोबरेल तेल हे केसाच्या मूळ पेशींपर्यंत पोचून त्यांना सचेतन करते आणि केसांच्या वाढीला चालना देते. केसांना निरोगी बनवून त्यांचा रंग फिकुटण्यापासून संरक्षण पुरविते. केस दुबळे झाल्याने अथवा त्यांना काही इजा झाल्याने त्यांच्यातील प्रोटीनचा ऱ्हास होतो, खोबरेल तेल केसांतील हे प्रोटीन टिकवून ठेवण्यास उपयुक्त ठरते. केसांमधील नैसर्गिक ओलावा टिकवून केसांना सक्षम आणि मुलायम बनविते.

तुम्हाला माहीत आहे काय...

की खोबरेल तेलाचा उपयोग मेकअप सुलभतेने काढण्यासाठी (मेकअप रिमूव्हर) केला जातो? शिवाय, ते अतिशय जबरदस्त सुजल आहे कारण त्यामध्ये कसलेही रासायनिक घटक नाहीत.

बदाम केशतेलः

या तेलाचा वापर अक्षरशः अनंतकाळापासून केला जातोय. या तेलामध्ये सौंदर्य आणि आरोग्य यांच्याशी निगडित असंख्य फायद्यांचा भरपूर समावेश आहे. बदामाच्या तेलामुळे आवश्यक ते प्रोटीन उपलब्ध होते आणि त्यायोगे केसांचे बाह्यांग तसेच त्यांची मुळे बळकट होतात. या तेलाच्या नियमित वापरामुळे आपल्या डोक्यावरील त्वचा आणि केस हे कायम निरोग राहतात.

तुम्हाला माहीत आहे काय...

- ...की रोज रात्री थोडेसे बदाम तेल आपल्या डोळ्यांना लावल्यास त्यांखालील काळी वर्तुळे (डार्क सर्कल्स) नाहीशी होतात?
- बदाम तेल हे एक उत्कृष्ट मॉईश्चरायझर असून त्यामध्ये तारुण्य राखणाऱ्या (अँटी एजींग) घटकांचा समावेशही असल्याचे मानले जाते.

ऑलिव्ह केशतेलः

केसांच्या आणि त्वचेच्या समस्यांचे निराकरण करण्यासाठी ऑलिव्ह तेल हा एक उत्कृष्ट उपाय आहे. यामध्ये विषाणू आणि फंगस यांच्याशी प्रतिकार करण्यासाठी आवश्यक घटकांचा समावेश असून कित्येक घरगुती औषधोपचारांमध्ये या तेलाला एक महत्त्वाचा घटक म्हणून स्थान दिले जाते. हे तेल केसांना केवळ आवश्यक ओलावा पुरवत नाही तर डोक्यावरील त्वचेला स्वच्छ राखण्याचे काम देखील करते. ऑलिव्ह तेलामुळे डोक्याच्या त्वचेवरील रंध्रे मोकळी होऊन त्वचेला प्राणवायूचा मुबलक पुरवठा होतोच तसेच रक्ताभिसरण देखील सुधारते, ज्याचा फायदा केसांच्या वाढीसाठी होतो. हे एक अतिशय हलके तेल असून अगदी दररोज वापरले तरी चालते.

तुम्हाला माहीत आहे काय...

...की जे लोक आपल्या आहारामध्ये नियमितपणे ऑलिव्ह तेलाचे सेवन करतात त्यांच्यामध्ये कॅन्सर होण्याचे तसेच हृदयविकाराशी संबंधित आजारांना सामोरे जावे लागण्याचे प्रमाण कमी असते?

मोहरीचे केशतेलः

तुमच्या आजीच्या स्वयंपाकघरातील हा एक अतिशय आवडीचा घटक आहे; भाज्या तळायला वापरण्यापासून ते संध्याकाळी घरात तेलाचा दिवा लावण्यापर्यंत मोहरीच्या तेलाला प्रत्येक भारतीय घरांमध्ये अतिशय मानाचे आणि मोलाचे स्थान आहे. या तेलाशिवाय आपण भारतीय जणू जगूच शकत नाही. हे

एक सर्वाधिक आरोग्यदायी तेलांपैकी एक आहे. अनादी अनंत काळापासून आयुर्वेदामध्ये त्याचा उपयोग केला जातोय. मोहरीचे तेल हे दाट आणि कोमट प्रकारचे असते. हे तेल लावल्याने केसांची मुळे अत्यंत बळकट होतात. शुष्क केसांसाठी ते अत्यंत उपयुक्त आहे. परंतु ते चकटन धूळ आकर्षून घेत असल्याकारणाने ते फार काळ केसांना लावून ठेवू नये. मोहरीचे तेल हे रात्री झोपताना केसांना लावावे, रात्रभर तसेच राहू द्यावे आणि सकाळी उठताक्षणी ताबतोब धुवून टाकावे. असे केल्याने त्याचा सर्वोत्तम परिणाम अनुभवायला मिळेल.

तुम्हाला माहीत आहे काय...

* ...की मोहरीचे तेल हे शरीरातील पचनसंस्था, रक्ताभिसरण कार्य आणि उत्सर्जन यंत्रणा यांसाठी अतिशय शक्तीशाली चेतनास्रोत आहे?

* मोहरीच्या तेलाने शरीराला मसाज केल्यास घर्मरंध्रे मोकळी होतात तसेच रक्ताभिसरण सुधारते. उगाच का भारतात जन्माला आलेल्या नवजात तसेच लहान बाळांना अगदी शाही पद्धतीने मोहरीच्या तेलाने चोळून काढण्याची प्रथा पडली आहे?

तिळाचे केशतेल:

तिळाच्या तेलाचा उल्लेख वेदशास्त्रांमध्ये एक वेदनाशामक उपचारक तेल म्हणून केलेला आढळून येतो. यामध्ये निसर्गतःच विषाणूंचा प्रतिकार करणाऱ्या घटकांचा समावेश असतो. हे तेल कोमट असते परंतु मोहरीच्या तेलाप्रमाणे नव्हे; त्यापेक्षा हे तेल अधिक जास्त हलके आणि सौम्य असते. या तेलामुळे केसांचा पोत सुधारत असल्याने अतिशय संवेदनशील केसांसाठी ते फार उपयुक्त ठरते. केसांच्या टोकांना मृदू मुलायम बनविण्यासाठी हे तेल उपयोगी पडते.

तुम्हाला माहीत आहे काय...

- ...की चोंदलेले नाक मोकळे करण्यासाठी तीळाच्या तेलाचे दोन थेंब नाकात टाकले की चटकन आराम पतो ?
- आणि सर्वसामान्य सर्दी पडसे ताप आदी विकारांना कारणीभूत ठरणाऱ्या विषाणूंना प्रतिकार करण्याची देखील या तेलामध्ये शक्ती असते.

महाभृंगराज तेलः

महाभृंगराज हा खास भारतीय तेलाचा आणखी एक प्रकार असून ते केसांना वाढीला चालना मिळवून देण्यासाठी अतिशय उपयुक्त ठरेल असे आहे. हे तेल केसांच्या ग्रंथींमध्ये तसेच डोक्यावरील त्वचेमध्ये खोलवर झिरपते आणि आवश्यक ओलावा मिळवून देते. केस अकाली पांढरे होण्यापासून तसेच कोंडा होण्यापासून देखील हे तेल संरक्षण पुरविते. या तेलामुळे केस अधिक बळकट होतात आणि त्यांची उत्तम वाढ देखील होते.

वर दिलेली यादी ही अगदी सर्वंकष परिपूर्ण नसून केवळ प्रामुख्याने वापरल्या जाणाऱ्या काही नैसर्गिक तेलांपुरतीच आहे. त्याखेरीज अन्य काही निवडक तेलाचे प्रकारही अस्तित्वात आहेत जे केसांना 'तेल मसाज' करण्यासाठी उपयोगात आणले जातात. त्यांना 'अर्क तेल' या नावाने संबोधले जाते. अर्क तेलांमध्ये वनस्पतींपासून काढण्यात आलेल्या सुवासिक मिश्रणांचा घटक म्हणून समावेश केलेला असतो. केसांसाठी वापरल्या जाणाऱ्या काही अर्क तेलांमध्ये लव्हेंडर, रोझमेरी, लेमन, चहापत्ती तेल आदींचा समावेश होतो.

केसांना योग्य पद्धतीने तेल कसे लावावे

केसांना तेल लावण्याचे काही विशिष्ट असे तंत्रज्ञान किंवा पद्धती नाही. तथापि, जास्तीत जास्त चांगले परिणाम दिसून येण्यासाठी काही मुद्दे लक्षात घेणे निश्चित उपयोगाचे ठरते:

- केसांना लावण्याआधी तेल थोडेसे कोमट करून घ्यावे.
- तेलामध्ये बोटे नीट बुडवा. हाताने केसांचा मधोमध भांग पाडून डोक्याच्या

त्वचेला तेल लावा.

- डोक्यावर थेट तेल नुसते ओतू नये. तेल फक्त आवश्यक तेवढ्याच प्रमाणात लावावे. खूप जास्त तेल लावणे म्हणजे दुसऱ्या दिवशी खूप जास्त शांपू लावावा लागणे.

- आपल्या बोटांच्या टोकांनी डोक्याच्या त्वचेला हळूवार मसाज करावा. हाताच्या तळव्याने डोके कधीही रगडू नये कारण त्यामुळे केस तुटण्याची भीती असते. मसाज करणे अतिशय महत्त्वाचे असते कारण त्यामुळे डोक्याच्या त्वचेचे रक्ताभिसरण सुधारते. मसाज साधारण १० ते १५ मिनिटे करावा.

- केसांना तेल लावून ते संपूर्ण रात्रभर तसेच राहू द्या. दुसऱ्या दिवशी सकाळी केस धुतले तरी चालतात.

- डोक्यांवर जास्तीत जास्त जास्त काळ तेल राहू देणे चांगले असले तरीही २४ तासांपेक्षा जास्त वेळ तेल केसांत ठेवू नये अन्यथा त्यामध्ये धूळ अडकून बसण्यास सुरुवात होईल आणि केस दुर्बल होतील.

- केसांना तेल लावल्यानंतर त्यांना गरम पाण्यात भिजवलेल्या टॉवेलमध्ये गुंडाळून वाफ मिळू दिल्यास तेल व्यवस्थितपणे झिरपले जाते आणि केसांसाठी फायदेशीर ठरते. टॉवेल सुमारे १० मिनिटे गुंडाळून ठेवावा. परंतू ध्यानात असू द्या, की हा टॉवेल खूप जास्त गरम नसावा अन्यथा अतिरिक्त गरमीमुळे केसांच्या बाह्यांगाला इजा पोचू शकते.

आठवड्यातून किमान एकदा तरी केसांना तेल मसाज करावा असा संकेत आहे पण तुमची इच्छा-आवडत असल्यास बिनधास्तपणे आणखी जास्त वेळा देखील करू शकता.

विविध प्रकारच्या केसांसाठी तेल

सामान्य केसः

या प्रकारचे केस हे कधीच फार चिकट किंवा फार शुष्क नसतात. हे केस स्टाईल आणि चमक राखून ठेवणारे असतात. जोजोबा, बदाम आणि आवळा तेल हे या प्रकारच्या केसांसाठी अधिक उपयुक्त ठरते.

शुष्क केसः

या प्रकारचे केस अतिशय निस्तेज असतात. त्यांमध्ये सहजपणे गुंता होतो आणि केसांची टोके दुभंगण्याची प्रवृत्ती असते. डोक्याच्या त्वचेवरील चरबीच्या ग्रंथींना उत्तेजना मिळवून देईल आणि त्यामधून अधिक तेलाचा ओलावा पाझरण्यास सहाय्यभूत ठरेल अशा तेलाची या प्रकारच्या केसांना आवश्यकता असते. बदाम, जोजोबा, खोबरेल, तीळ, मोहरी, कोको-बटर तेल या प्रकारच्या केसांसाठी उपयुक्त ठरते.

तेलकट केसः

डोक्यावरील ग्रंथींमधून अधिक प्रमाणात स्त्राव पाझरत असल्याकारणाने या प्रकारचे केस हे कायमच चिपचिपे, ओलसर दिसतात. त्यामुळे डोक्यावरील पाझरणाऱ्या ग्रंथींना नियंत्रणात ठेवू शकेल अशा तेलाची या प्रकारच्या केसांना गरज असते. ऑलिव्ह, तीळ आणि जोजोबा तेल हे या प्रकारच्या केसांसाठी अधिक उपयुक्त ठरते.

कोंडा झालेले केसः

अर्कयुक्त तेल हे केसांमधील कोंड्याची समस्या नाहीशी करण्यात किंवा त्याचा प्रकोप थांबविण्यास अतिशय सहाय्यभूत ठरते. चहापत्तीचे तेल (टी-ट्री ऑइल) हे या प्रकारच्या केसांसाठी सर्वाधिक उपयुक्त तेल आहे.

तर अशा प्रकारे केसांना आणि डोक्याला तेलाचा मसाज करणे ही एक आवश्यक क्रिया असून योग्य तेलाची निवड आणि तेल लावण्याची योग्य पद्धती हे तिचे महत्त्वपूर्ण घटक आहेत. केसांची निगा राखण्याखेरीज तेलाचे आणखी काही अतिरिक्त फायदे देखील आहेत. थकवा दूर करणे, डोकेदुखी थांबवणे, मायग्रेनच्या (अर्धशिशी) त्रासापासून मुक्तता मिळवून देणे असे विविध फायदे तेलाच्या मर्दनातून प्राप्त होतात. केसांना पोषण आणि आराम मिळवून देण्यासाठी तेलाचा मसाज करणे ही खास भारतीय परंपरा आहे. परंतु हा मसाज कधी आणि कशाप्रकारे करावा हे व्यवस्थित समजून घेतले तरच त्याचा फायदा होतो.

तेलाचा मसाज

केसांची वाढ व्हावी यासाठी तेल ही काही एकमेव गोष्ट नाही. तेलाच्या मसाजामुळे निश्चितच रक्ताभिसरण सुधारते आणि मनाला शांती लाभते यात शंका नाही पण त्याच्या जोडीला केसांची वाढ होण्यासाठी अन्य काही महत्त्वाची कारणे आणि कार्यपद्धती देखील आहेत हे लक्षात ठेवायला हवे. तेलाचा मसाज ही त्यापैकी एक आहे.

जर हवेमध्ये दमटपणा असेल तर केसांना तेल लावणे टाळावे. तसेच जर तुमची त्वचा आणि केस तेलकट असतील तरीही तेलाचा मसाज न करणेच श्रेयस्कर, कारण तुम्हाला निसर्गतःच अतिरिक्त तेल मिळत असते. जर तुम्ही दीर्घकाळ बाहेर उघड्यावर वावरणार असाल तर केसांना तेल लावून ठेवू नये कारण त्यामुळे केसांमध्ये धूळ अडकली जाते आणि केसांची गळती होते.

तेल मसाजासाठी काही टीप्स

- केसांना तेलाचा मसाज केल्यानंतर एक गरम पाण्यात भिजवलेला वाफाळता टॉवेल सुमारे दोन ते तीन मिनिटे डोक्याभोवती गुंडाळून ठेवावा ज्यामुळे तेल डोक्यात नीट मुरायला मदत होईल. पण टॉवेलच्या तपमानाकडे नीट लक्ष पुरवा. खूप जास्त गरम टॉवेलमुळे केसांना इजा पोचू शकते.
- जर तुमचे केस आधीपासूनच तेलकट प्रकारचे असतील, तर आणखी तेल लावून त्यांचा मसाज करण्याची काहीच आवश्यकता नाही.
- कोणत्याही प्रकारचे तेल निवडून त्यामध्ये व्हिटॅमिन ई मिसळा. केसांसाठी ते अतिशय चांगले असते.

४
केस व्यवस्थित धुण्याची गरज

साहेब, आम्ही येथे अतिशय उच्च दर्जाची स्वच्छता पाळतो.
मला वाटतंय, तुमच्या डोक्याला शांपू लावण्याआधी तुम्हाला
संपूर्ण आंघोळच घालायला हवी!

मी अनेक लोकांना भेटत असतो, की जे विविध प्रकारच्या शांपूच्या जाहिराती पाहून खूप प्रभावित झालेले असतात. या जाहिरातींमध्ये बहुतांश वेळा हेच दाखवलेलं असतं, की केसांच्या कित्येक समस्यांवर जणू जादूई मात करण्यासाठी शांपू कसा उपयोगी पडतो. जगभरातील सगळ्या शांपूच्या जाहिरातींमध्ये शांपूला केसांना मुलायम करणारा, त्यांना बळकट बनविणारा किंवा त्यांची गुणवत्ता सुधारणारा अत्यावश्यक घटक असल्याचं दाखविलं जातं. केसांना आणि डोक्यावरील त्वचेला साफ–स्वच्छ बनविणे हे शांपूचे मूलभूत कार्य आहे आणि जाहिरातींच्या या सगळ्या भडीमारामध्ये लोक शांपूच्या मूलभूत उपयोगाकडे पाहायचं विसरूनच जातात. केस स्वच्छ ठेवल्याने त्यांच्याशी निगडित सर्व समस्यांचे निराकरण होत असते.

आपले केस धुण्याबद्दल आपण कधीच फारसा विचार करत नाही. केशसुरक्षा प्रसाधने आणि उपाययोजनांची खरेदी करण्यामध्ये पैसा आणि वेळ खर्च करण्यातच आपली सारी शक्ती पणाला लावतो. ही सगळी प्रसाधने वापरल्यानंतर आणि उपाययोजना केल्यानंतर चांगल्या पाण्याने आपले केस व्यवस्थितपणे स्वच्छ धुवून काढले नाहीत तर बाकी सर्व प्रसाधने आणि उपाययोजनांचा काहीच उपयोग होत नाही. चांगले केस मिळविण्यासाठीचा पहिला टप्पा म्हणजे ते कायम नीट स्वच्छ राहतील याची दक्षता घेणे होय.

केसांची नियमित काळजी घेण्याच्या प्रक्रियेतील सर्वांत पहिला आणि महत्त्वाचा टप्पा म्हणजे केस स्वच्छ राखणे. केसांची स्वच्छता हा केशसुरक्षेचा पाया असतो कारण केसांवर कितीही आणि कसल्याही प्रकारची प्रसाधने लावली तरी अखेरीस ती धुवून टाकावी लागतात तरच केस स्वच्छ, निरोगी आणि सुंदर राहतात. डोक्याच्या त्वचेवर किंवा केसांवर कुठलेही प्रसाधन फार काळ लावून ठेवले तर ते केसांच्या आरोग्यासाठी हानीकारक असते. अगदी तेल सुद्धा फार काळ केसांना लावून ठेवले तर त्यामुळे धूळ आकर्षित होऊन केसांना अपाय पोचतो.

तुमच्या केसांसाठी चांगले पाणी

कोची शहरामध्ये मी आयोजित केलेल्या परिसंवादाच्या वेळी एक व्यक्ती अगदी विलक्षण समस्या घेऊन माझ्यापाशी आली. ती नुकतीच पंजाबमध्ये राहणाऱ्या आपल्या बहिणीला भेटून आली होती. तिच्या बहिणीने तिला एक शांपू वापरायला दिला ज्याने तिच्या केसांवर अगदी आश्चर्यकारक चांगला परिणाम घडून आला. पण जेव्हा ती कोचीला परत आली आणि तोच शांपू वापरला, त्यापासून तिला काहीच फायदा झाला नाही. तिकडे पंजाबमध्ये तोच शांपू तिची बहीण वापरत असताना तिला मात्र त्यापासून अगदी छान परिणाम अनुभवायला मिळत होता. माझ्या लक्षात आलं की ही समस्या शांपूची नव्हती तर पाण्याच्या गुणवत्तेतील फरक त्याला कारणीभूत होता. कोचीमधील पाणी जड असल्याने त्या शांपूला नीट परिणामकारक बनण्यास वाव देत नव्हते. आपल्या शहरात आणि घरामध्ये कशा प्रकारचे पाणी मिळते हे जाणून घेणे खूप महत्त्वाचे असते.

पाणी खूप वेगवेगळ्या प्रकारे तुमच्या केसांवर परिणाम घडवून आणते. काही ठिकाणी पाणी चांगला घुसळून फेस तयार व्हायला उत्तेजना देते तर काही ठिकाणी कितीही पाण्यासोबत भरपूर प्रमाणात शांपू वापरला तरी देखील अगदीच किरकोळ फेस तयार झालेला आपल्याला आढळून येतो.

पाण्याचे मुख्यत्त्वे दोन प्रकार आहेत – जड आणि सौम्य (हलके). जड पाण्यामध्ये मॅग्नेशियम आणि कॅल्शियम या खनिजांचे प्रमाण मुबलक असते. सौम्य पाण्यात सोडियमचे प्रमाण खूप जास्त असून मॅग्नेशियम व कॅल्शियम खूपच कमी आढळते. जड पाण्यामध्ये कितीही साबण शांपू मिसळला तरी त्यामध्ये फारसा फेस तयार होत नाही. या पाण्यामुळे चेहऱ्यावर चट्टे उमटून त्वचेची हानी देखील होऊ शकते. आपले केस धुण्यासाठी चांगल्या पाण्याची देखील नितांत आवश्यकता असते. केस आणि त्वचेच्या आरोग्याशी चांगल्या पाण्याचा खूप महत्त्वपूर्ण संबंध आहे. पाण्याची गुणवत्ता ही विशिष्ट प्रकारे चांगली नसेल शांपू, कंडिशनर, जेल इत्यादींसारख्या महागड्या प्रसाधनांचा अजिबात परिणाम होत नाही. जर पाणी जड असेल तर केशसुरक्षा प्रसाधनांना त्यांचे मूळ काम करूच देत नाही आणि

केस धुणे देखील अवघड होऊन बसते. जड पाणी नियमित वापरात असले तर केस खरबरीत आणि निर्जीव बनतात तसेच अकाली पांढरे होण्याचा आणि गळण्याचा देखील धोका उधवतो. जर तुम्ही जड पाण्याचा पुरवठा होत असलेल्या भागात राहात असाल तर ते पाणी वापरण्याआधी पूर्णपणे उकळून घेणे अत्यावश्यक ठरते. गरम करून मग गार केलेले पाणी केसांसाठी सर्वोत्तम असते. केसांवर गरम पाणी वापरणे शक्य तेवढे टाळावे कारण त्यामुळे केस शुष्क आणि खरखरीत होण्याचा धोका असतो.

केस धुताना लक्षात ठेवायच्या काही टीप्स

कुठल्याही प्रकारची केशसुरक्षा उपाययोजना अवलंबिण्यापूर्वी आपले केस स्वच्छ कसे धुवायचे हे आपल्याला माहीत असायलाच हवे. त्यासाठी उपयुक्त अशा पुढील काही महत्त्वपूर्ण टीप्स कायम लक्षात ठेवा:

- आपले केस धुण्यासाठी नेहमी थंडगार पाणी वापरा. अगदी थंडीच्या मोसमात देखील शक्यतो गरम पाण्याचा वापर करणे टाळा. गरम पाण्यामुळे केस दुबळे, शुष्क आणि रखरखीत होतात ज्याची परिणती अंतिमतः केस गळतीमध्ये होते.

- आपल्या केसांसाठी शक्यतो सौम्य (हलके) पाणी वापरा. जड पाण्याचा दीर्घकाळ वापर केला गेल्यास केसांवर दुष्परिणाम होतात आणि बहुतेकदा केसांचा रंग देखील बदलतो. जर तुमच्याकडे उपलब्ध होणारे पाणी जड असेल तर आधी ते नीट उकळून घ्यावे आणि गार झाल्यावर केसांसाठी वापरावे.

- आपण वापरत असलेले पाणी हे सदासर्वदा स्वच्छ असायलाच हवे. धूळ आणि प्रदुषणामध्ये उघड्यावर उपलब्ध असलेले पाणी हे केसांना स्वच्छ करूच शकत नाही, मग तुम्ही कितीही भारी प्रकारचा शांपू वापरला तरी उपयोग शून्यच.

- कंडिशनिंग केल्यानंतर आपण अतिशय व्यवस्थिपणे केसांतून शांपू धुवून टाकतोय ना, याकडे काटेकोर लक्ष पुरवा. कंडिशनर आणि शांपू दोन्ही केसांतून एकाचवेळी धुतले जातील या भ्रमात राहू नका.

- केस स्वच्छ धुण्यासाठी उच्च दाबाने येणारे प्रवाही पाणी वापरा. त्यामुळे केस व्यवस्थित खळखळून धुतले जातात आणि संपूर्ण स्वच्छ होतात.
- पाण्यामध्ये कुठल्याही प्रकारची वनस्पती, औषधी, कृत्रिम सुवास, अर्क, तेल कधीही मिसळू नका. केस धुण्यासाठी पाणी हे पूर्णपणे स्वच्छ आणि निर्मळच असायला हवे.

केसांसाठी कोणता शांपू वापरावा

केसांच्या आणि डोक्यावरील त्वचेचा प्रकार तसेच गरजेनुरूप जेवढ्या वेळा आवश्यक असेल तेवढ्या वेळा शांपूचा वापर अवश्य करावा. वास्तविक पाहता, केसांमध्ये धूळ आणि प्रदुषणाचा शिरकाव होत असल्याने शरीराच्या अन्य अवयवांप्रमाणेच केस देखील दररोज धुतले (दररोज डोक्यावरून आंघोळ केली) तरी देखील ते उत्तमच. आपण दररोज दिवसातून किमान एकदा आपला चेहरा नक्की पाण्याने धुतो मग दररोज एकदा केस धुवायला काय हरकत आहे?

आज बाजारपेठेत एवढ्या प्रचंड प्रमाणात वैविध्यपूर्ण प्रसाधने उपलब्ध आहेत, की त्यामधून एखाद्या शांपूची निवड हे एक अक्षरशः मती गुंग करून टाकणारे काम आहे. बाजारात विविध ब्रँड्सचे शांपू उपलब्ध असतात, विविध परिस्थितीतील केसांसाठी विविध प्रकारची प्रसाधने मिळतात, काहींमध्ये खास प्रकारचे घटक समाविष्ट असतात, फॅन्सी नावं असतात, वैविध्यपूर्ण मिश्रणे असतात अन् काय काय असतं...

थोडक्यात काय, तर विविध प्रकारच्या केसांसाठी बाजारात थोड्याच प्रकारचे शांपू उपलब्ध असतात. स्वतःसाठी सुयोग्य प्रकारचा शांपू निवडण्यासाठी आधी आपले केस नेमके कोणत्या प्रकारचे आहेत याची माहिती असणे अतिशय गरजेचे ठरते. जो शांपू आपण निवडू तो आपल्या केसांच्या प्रकार आणि पोत यांना अनुरूप असायला हवा. जर केस तेलकट असतील तर खास तशा प्रकारच्या केसांसाठी बनविलेला शांपूच वापरायला हवा. कुठल्याही एका विशिष्ट ब्रँडच्या मागे धावू नका. चांगल्या ब्रँडची उत्पादने वापरणे हे योग्यच आहे परंतु त्याचवेळी हे

देखील लक्षात ठेवायला हवे की शांपूचा नेमका उपयोग कशासाठी केला जातो आणि शांपू वापरण्यामागे आपली नेमकी गरज काय आहे.

ही काही फार अवघड गोष्ट नाही. सुयोग्य शांपू निवडण्यासाठी सर्वात उत्तम पद्धत म्हणजे ट्रायल अँड एरर (वापरा आणि ठरवा). केवळ ब्रँड आकर्षक आहे म्हणून कधीही कोणताही शांपू निवडू नका. उदाहरणच द्यायचं झालं तर आपल्याला जेव्हा अपचनाचा त्रास होत असतो, त्यावेळी आपण कडधान्ये खात नाही. अगदी हाच नियम आपल्या केसांच्या बाबतही लागू करायला हवा. कुठल्याही एकाच शांपूला चिकटून राहू नका. आपले केस कधीही एखाद्या विशिष्ट शांपूला अथवा शांपू प्रकाराला अंगवळणी पाडून घेत नसतात त्यामुळे शांपूमध्ये बदल करून पाहण्यात काहीच हरकत नाही.

शांपू खरेदी करताना नेहमी पीएच घटकाबाबत तटस्थ असलेला म्हणजेच ज्यामधील पीएच रेंजचे प्रमाण पाच ते सातच्या दरम्यान आहे असा शांपू वापरावा; तो केस स्वच्छ धुण्यासाठी अत्यंत फायदेशीर ठरतो आणि केसांना तसेच डोक्यावरील त्वचेला त्यापासून कधीही हानी पोचत नाही. शांपूमधील पीएच घटकाचे प्रमाण किती आहे हे त्यावरील लेबल वाचून आपल्याला समजते अथवा विक्रेत्याला विचारले तरी कळू शकते.

त्याखेरीज विक्रेत्याच्या संकेतस्थळावर जाऊन उत्पादनाबाबतची माहिती आपण ऑनलाईन देखील तपासून पाहू शकतो. ज्या उत्पादनांमध्ये अमोनियाचा समावेश असेल त्यांचा वापर टाळलेलाच बरा. अमोनिया हा केसांसाठी अतिशय नुकसानकारक असतो.

- **सामान्य केसांसाठी शांपू:** ज्या लोकांचे केस सामान्य प्रकारचे असतात त्यांनी हा शांपू वापरावा. हा शांपू खूप उग्र नसतो आणि केस धुतल्यानंतर ते मुलायम बनवतो. डोक्यावरील त्वचा आणि केसांच्या गरजेनुसार हा शांपू अगदी दररोज वापरला तरी चालतो. हा शांपू दररोज वापल्याने केस आणि

त्वचेला कसलीही हानी पोचत नाही कारण रोजच्या रोज धुतले जाणे ही त्यांची गरजच असते. सर्वाधिक चांगल्या परिणामांसाठी हा शांपू लावल्यानंतर कंडिशनरचा वापर करून मग तो धुवून टाकावा.

- **शुष्क केसांसाठी शांपूः** ज्या लोकांचे केस शुष्क किंवा इजा झालेले आहेत, त्यांच्यासाठी हा शांपू उपयुक्त ठरतो. हा देखील खूप उग्र नसतो आणि केस धुतल्यानंतर त्यांना खूप मऊ-मुलायम बनवतो. हा शांपू शक्यतो एक दिवसाआ वापरावा आणि नंतर कंडिशनचा उपयोग करून मग केस धुवावेत. लक्षात ठेवा, की जरी आपले केस शुष्क असले तरी आपल्या डोक्याची त्वचा ही तेलकट असू शकते त्यामुळे ती स्वच्छ व निरोगी राखण्यासाठी नियमित धुण्याची गरज असते.
- **तेलकट केसांसाठी शांपूः** ज्यांचे केस तेलकट आहेत अशांसाठी हा शांपू खूप उपयुक्त ठरतो. हा शांपू उग्र असतो आणि केस धुतल्यानंतर ते अगदी साफ स्वच्छ होऊन जातात. हा शांपू दररोज वापरला तरी चालतो आणि त्याच्या उपयोगानंतर लिव्ह-इन प्रकारच्या कंडि शनरचा उपयोग करून मग केस धुणे अधिक योग्य ठरते, कारण या प्रकारचे केस हे चटकन तेलकट होतात आणि सहसा त्यांना फार जास्त कंडिशनिंगची गरज नसते. तुम्ही जरी कुठेही घराबाहेर पडला नसाल आणि केस खराब झाले नसतील तरी देखील या प्रकारचे केस हे तेलकट चिकट होतच असतात त्यामुळे ते नियमितपणे स्वच्छ धुण्याला पर्याय नाही.
- **कोंडा विरोधक(अँटीडँड्रफ) शांपूः** ज्यांच्या केसांमध्ये कोंडा झाला आहे, अशांसाठी हा शांपू उपयुक्त ठरतो. हा एक वैद्यकीय प्रकारचा शांपू असून सामान्य केसांसाठी हानी पोचविणारा असल्याने जर केसांत कों नसेल तर त्याचा वापर अजिबात करू नये. हा शांपू अतिशय उग्र असतो आणि काही वेळा वापरल्यानंतर केसांतील कोंडा नाहीसा करून टाकतो. कोंडा विरोधी शांपूमध्ये दोन प्रकार असतात- तेलकट कोंडा विरोधी शांपू आणि शुष्क कोंडा विरोधी शांपू. आपल्या केसांत कोणत्या प्रकारच्या कों झालाय हे जाणून घेऊन त्यानुसार दोन्हीपैकी एक वापरावा. एकाच दिवसात दोन वेळा हा शांपू कधीही वापरू नये. तसेच हा शांपू आठवड्यातून फक्त एकदाच

वापरणे इष्ट. जर याच्या वापरानंतरही कोंडा नाहीसा झाला नाही तर मात्र एखाद्या केशसुरक्षा तज्ञाचा सल्ला घेणे आवश्यक ठरते.

केसांना शांपू कसा लावावा?

- आपले डोळे आणि कान टाळून फक्त केस ओले करून घ्यावेत.
- केसांच्या कडांवरून हलकेच शांपू लावावा. एकाचवेळी खूप जास्त शांपू घेऊ नये कारण मग तो नीट धुवून घालवणे कठीण होऊन बसते आणि तो तसाच राहिला तर त्वचेला हानी पोचवू शकतो.
- पाण्याच्या सहाय्याने फेस तयार करण्यासाठी आपल्या बोटांनी केसांमध्ये कुरवाळा.
- शांपू लावताना तो कधीही खसाखसा केसांमध्ये चोळू नका कारण त्यामुळे केस तुटण्याचा धोका संभवतो.
- केस अतिशय स्वच्छ खळखळून धुवून घ्या आणि केसांमध्ये जरासाही शांपू शिल्लक राहणार नाही याची खात्री करून घ्या अन्यथा त्यामुळे केसांना इजा पोचू शकते.
- जर तुम्हाला आवश्यक वाटत असेल तर हीच क्रिया पुन्हा एकदा करा.
- शांपूचा वापर करून झाल्यानंतर स्वच्छ धुतलेले केस हे वाळविण्यासाठी टॉवेलमध्ये अगदी अलगद गुंडाळून ठेवणे केव्हाही इष्टच.

शांपूमध्ये रासायनिक घटक असतात!

सौंदर्यप्रसाधने आणि केशसुरक्षा प्रसाधने ही आता पूर्वीसारखी राहिली नाहीत. बहुतांश उत्पादक असा दावा करतात की त्यांची उत्पादने ही वनौषधींनी युक्त असून त्यामध्ये कुठल्याही रासायनिक घटकांचा समावेश नाही. साबण, तेल, शांपू, रंग.. कोणतेही उत्पादन खरेदी करायला जा आणि तुम्हाला हर्बल उत्पादनांची लांबलचक रांग दिसून येईल. वनऔषधींनी युक्त अशी उत्पादने ही रासायनिक घटकांपासून मुक्त असतात अथवा अत्यंत अल्प प्रमाणात त्यांमध्ये रसायने असतात असा सार्वत्रिक समज पसरल्यामुळे अलिकडच्या काळात लोक नेहमीच्या उत्पादनांपेक्षा प्रचंड मोठ्या प्रमाणावर या हर्बल म्हणवणाऱ्या उत्पादनांकडे वळताना आढळून येतात.

रासायनिक घटकांचा समावेश नसल्याची हे उत्पादक खात्री देत असल्याकारणाने त्यांच्या खरेदीसाठी अंमळ जादा पैसे मोजण्याची देखील लोकांची तयारी असते. भारतामध्ये, वन औषधी आणि आयुर्वेद यांचा जनमानसाशी एक पूर्वापार भावनिक बंध आहे आणि हर्बल उत्पादने तयार करणाऱ्या कंपन्या नेमका याच भावनिकतेचा फायदा करून घेताना दिसून येतात. हे केवळ एक विपणनाचे तंत्र आहे, त्याला अजिबात बळी पडूनका.

कायम लक्षात ठेवाः

कोणत्याही वन औषधी दीर्घकाळ टिकवून ठेवता येत नाहीत, जोपर्यंत त्यामध्ये रासायनिक घटक समाविष्ट केले जात नाहीत. ही रसायने या वनऔषधींसाठी जतन करणारा घटक (प्रिझर्व्हेटिव्हज्) म्हणून काम करतात. वन औषधींचा अर्क बाटलीमध्ये भरून बंद करून ठेवणे शक्य आहे, परंतु अगदी थोडेसे का होईना पण रसायन त्यामध्ये घातले तरच. वन औषधी या कच्च्या स्वरूपातच खरेदी करायला हव्यात अन्यथा एरवी त्या कायमच संमिश्र-भेसळ केलेल्या रुपातच उपलब्ध होत असतात.

प्राचीन काळी लोक केस धुण्यासाठी वनऔषधींचा उपयोग करायचे. पण सध्याच्या काळात आपल्या भोवतीचे वातावरण, तापमान एवढे बदलले आहे, प्रदुषणाचे प्रमाण एवढे प्रचंड वाढलेले आहे, की त्यामुळे खूप मोठ्या प्रमाणावर केसांमध्ये चिकटपणा तयार होत असतो, जो सातत्याने व्यवस्थित धुवून स्वच्छ केलाच पाहिजे. त्यामुळे सरतेशेवटी आपल्याला हे सत्य स्विकारावेच लागते की आपल्या केसांना अनुरूप ठरेल अशा शांपूचा वापर करण्यावाचून आता गत्यंतर उरलेले नाही. आपल्या केसांचा नेमका प्रकार आणि त्यांची परिस्थिती जाणून घ्या. केस सामान्य आहेत, शुष्क आहेत की तेलकट, की त्यांमध्ये कोंडा आहे, की त्यांच्यावर कुठली रासायनिक प्रक्रिया केलेली आहे इत्यादी बाबी नीट समजून घ्या.

एकदा का तुम्ही तुमच्या केसांचे व्यवस्थित परिक्षण-निरीक्षण केलेत की मग

त्याला अनुरुप असा योग्य प्रकारचा शांपू उपयोगात आणा. शांपूच्या बाटलीवरील लेबल अतिशय काळजीपूर्वक वाचा आणि त्यामधील घटकांचे मिश्रण तसेच पीएच घटकाचे प्रमाण जाणून घ्या.

समजा एखादे वेळी शांपूची वापराची मुदत संपून गेली असेल तरी देखील तो शांपू खराब होत नाही व केसांना लावला तरी देखील चालू शकतो हे अवश्य लक्षात ठेवा. तेव्हा हर्बल नावाखाली भडीमार केल्या जाणाऱ्या उत्पादनांच्या मागे धावू नका आणि केवळ त्यामध्ये वनऔषधी आहेत म्हणून जास्त पैसे देऊन खरेदी करू नका. तुमचा नेहमीचा शांपू सुद्धा तुम्हाला कोणत्याही हर्बल उत्पादना इतकाच प्रभावी परिणाम दाखवून देऊ शकतो आणि ते सुद्धा खिशाला फार मोठा खड्डा पडून देता.

शांपू बाबत काही भ्रामक समजुती

- बऱ्याच लोकांना असं वाटतं की वारंवार शांपू वापल्याने केस खराब होतात. हा अगदी चुकीचा समज आहे. खरं पाहता केस दीर्घकाळ उघड्या प्रदुषणयुक्त वातावरणात तसेच प्रखर सूर्यप्रकाशात राहिल्यास त्यांच्यामध्ये धूळ, कचरा अडकून बसतो तसेच केसांतील तेलकटपणा वाढीस लागतो ज्यामुळे केस व त्वचा खराब होतात. शांपूचा वापर केल्यामुळे अगदी स्वच्छ होतात आणि केसांशी निगडित विकार देखील दूर राहतात. आपल्या केसांसाठी अनुरूप असा शांपू निवडून त्याचा दैनंदिन वापर करणे हे अगदी चांगले फायदेशीर असते.

- कोंडा विरोधी शांपूचा नियमित वापर केल्यामुळे केस स्वच्छ आणि निरोगी राहतात हा एक मोठा गैरसमज आहे. कोंड्याची समस्या नसताना या प्रकारचा शांपू वापरणे हे केसांसाठी अजिबात चांगले नसते कारण त्यामुळे केसांना तसेच डोक्यावरील त्वचेला हानी पोचते. जर केसांत कोंडा झाला असेल तरच हा शांपू आठवड्यातून फक्त दोन वेळा वापरावा.

- एका विशिष्ट ब्रँडचा शांपू नियमित वापरल्यास केस निरोगी बनतात. हा समज अजिबात खरा नाही! दर चार ते पाच आठवड्यांनी शांपूचा ब्रँड बदलणे केसांचे सौंदर्य आणि आरोग्य यांसाठी श्रेयस्करच असते. अन्यथा काही काळाने

केसांमध्ये एखाद्या विशिष्ट शांपूसाठी प्रतिकार शक्ती निर्माण होते आणि ते शांपूच्या प्रभावाला प्रतिसाद देणे बंद करतात. फक्त एवढं लक्षात ठेवा, की तुम्ही शांपूचा केवळ ब्रँड बदलताय– तुमच्या केसांना अनुरूप ठरलेला शांपूचा प्रकार नाही!

* शांपूच्या वापरामुळे केस गळतात. हे अजिबात खरे नाही. वास्तविक पाहता, शांपूमुळे केस आणि डोक्यावरील त्वचा स्वच्छ होत असते. काही वेळा शांपूच्या उपयोगानंतर जटा काढताना केस गळतात. केस ओले असताना त्यामधून कधीही खस्सकन कंगवा फिरवू नये किंवा ते कोरडे झाल्याखेरीज विंचरू नयेत. शांपूचा आणि केस गळतीचा एकमेकांशी काहीही संबंध नाही.

केस योग्यप्रकारे धुण्यासाठी टीप्स

* केस नियमितपणे स्वच्छ धुणे हे त्यांच्या आरोग्यासाठी अतिशय महत्त्वाचे असते.
* आपले केस उत्तम दर्जाच्या शांपूनेच धुण्याची दक्षता घ्या. आपले केस आणि त्वचा यांसाठी वापरल्या जाणाऱ्या उत्पादनांबाबत कधीही कसलीही तडजोड करू नका.
* केस धुण्यापूर्वी ब्रशने ते व्यवस्थित विंचरून घ्या. त्यामुळे केसांमधील मृत पेशी दूर होतात, केसांमधील तैलग्रंथींना चेतना मिळते आणि डोक्याच्या त्वचेतील चरबीच्या ग्रंथींमधून पाझरणारे तेल देखील साफ होते. त्यामुळे, केस व्यवस्थितपणे स्वच्छ होतात आणि सुंदर चमकदार दिसतात.
* शांपू लावताना केसांना बोटांच्या टोकांनी हळूवार मसाज करा.
* केस धुण्यासाठी कधीही गरम पाणी वापरू नका, ते केसांच्या आरोग्यासाठी अत्यंत हानीकारक असते. थंड पाणी केसांसाठी सर्वोत्तम. गरम वाफ किंवा जिममधील सोना यांचा अतिवापर टाळणेच इष्ट होय.
* पाण्यामध्ये चिमूटभर सोडियम कार्बोनेट (धुण्याचा सोडा) टाकल्याने पाणी सौम्य होते आणि त्याचा केसांना निश्चितच फायदा मिळतो.
* ओले केस कधीही बांधून ठेवू नयेत. त्यामुळे केस उगाचच तुटण्याचा धोका संभवत नाही.
* केस शक्यतो वरचेवर हवेचा झोत वापरून वाळवू नयेत. तसे केल्यास

केसांचा पोत शुष्क बनतो तसेच गुंता होण्याची देखील भीती असते. ज्यांचे केस आधीच शुष्क प्रकारचे आहेत त्यांच्यासाठी तर हे लक्षात ठेवणे जास्त गरजेचे. केस स्वच्छ धुतल्यानंतर ते शक्यतो आपोआप वाळू देणेच उत्तम.

- पोहून आल्यानंतर नेहमी केस स्वच्छ धुवा. बहुतेक सर्वच जलतरण तलावांमधील पाण्यात भरपूर क्लोरीन असते जे केसांसाठी हानीकारक असते.
- केस धुण्याचा अतिरेक करू नका. तसे केल्यास केसांमधील नैसर्गिक तेल निघून जाण्याचा धोका संभवतो.
- केस धुताना कपाळापासून डोक्यावरील त्वचेच्या उलट्या दिशेने चोळू अथवा घासू नका. त्यामुळे त्वचेच्या खपल्या निघून येण्याचा धोका उरत नाही.
- जर तुम्ही खूपच घाई गडबडीत असाल आणि केसांना शांपू लावण्यासाठी अजिबातच वेळ हाताशी नसेल तर तुमच्या कंगवा अथवा ब्रशवर थोडासा बेकिंग सोडा किंवा बेबी पावडर शिंपडा आणि मग व्यवस्थितपणे केस विंचरा. सोडा किंवा पावर केसांमध्ये साचलेली सगळी धूळ आणि चिकटपणा शोषून घेऊन केस काही काळ तरी स्वच्छ राखण्याचे काम करेल.
- साबण लावून केस कधीही धुवू नयेत. साबणामधील क्षारयुक्त घटक केसांच्या मुळांना इजा पोचवू शकतात आणि केस शुष्क व गुंतागुंतीचे बनवू शकतात.
- केस धुताना पाण्याचा वेग कमी असावा. फार जोराच्या वेगाने येणाऱ्या पाण्यामुळे केसांमध्ये जटा तयार होऊ शकतात किंवा केस तुटण्याचा देखील संभव असतो.
- केस वाळविण्यासाठी कायम सुती टॉवेलचा वापर करावा. हा टॉवेल पाणी पूर्णपणे शोषून घेतो. ओले केस पटकन वाळावेत यासाठी जर खसाखसा जोराने पुसण्याचा प्रयत्न केला तर ते निश्चितपणे तुटतात.
- केसांना सगळीकडे सारख्या प्रमाणात मध लावा आणि मग केस धुण्यापूर्वी त्यांना गरम टॉवेलच्या सहाय्याने १० मिनिटे वाफ मिळू द्या. असे केल्याने केसांना खूप छान चमक प्राप्त होईल.
- केस तेलकट असतील तर पाण्यात व्हिनेगर मिसळून त्याने केस धुवा. असे केल्याने केसांमधील अतिरिक्त तेल नाहीसे होऊन ते मुलायम बनतील.
- केसांमधील चिकटपणा दूर करून केस हवेवर मस्त लहरावेत असे वाटत असल्यास त्यासाठी लिंबाचा रस हा अतिशय उपयुक्त ठरतो. केस धुतल्यानंतर सगळ्यात शेवटी लिंबाचा रस वापरून ते पुन्हा एकदा धुतल्याने उत्तम परिणाम साधला जातो.

५
केसांना सुयोग्य पोषण कसे मिळवून द्यावे

मी दक्षिण भारतातील ठिकाणांना वारंवार भेट देत असतो आणि माझ्या असं लक्षात आलं आहे, की दाक्षिणात्य लोक आपल्या केसांना पोषण मिळवून देण्यासाठी कंडिशनरचा वापर करण्यावर भरवसा ठेवत नाहीत. त्यापेक्षा दररोज आपल्या केसांना तेल चोपडणं ते अधिक पसंत करतात आणि त्यांच्यामध्ये तसे केल्याने कंडिशनर वापरण्याची गरज उरत नाही. मला हे मान्य आहे, की केसांना तेल लावणं हा त्यांच्या संस्कृतीचा अविभाज्य भाग आहे पण तरीही मला असं ठामपणे वाटतं की दक्षिण भारतातील वातावरण दमट असल्याने जर या लोकांनी कंडिशनरचा वापर केला तर ते निश्चितपणे लाभदायक ठरेल. कंडिशनरमुळे त्यांचे केस चिकट होणार नाहीत आणि व्यवस्थितपणे देखभाल करता येण्याजोगे बनतील. केसांमध्ये धूळ आकर्षिली जाणार नाही आणि त्यायोगे त्यांची गळती देखील रोखली जाईल. दक्षिण भारतातील एका सॉफ्टवेअर कंपनीत काम करणाऱ्या माझ्या एका ग्राहकाची दिल्लीमध्ये बदली झाली. त्याचे काम अशा प्रकारचे होते की सदासर्वदा केसांना तेल चोपडणं त्याला जमणारच नव्हतं. शिवाय तेल लावल्यामुळे तो नीटनेटका देखील दिसू शकत नव्हता. तो ज्या क्षेत्रात कामाला होता तिथे स्मार्ट आणि स्वच्छ दिसणं अत्यावश्यक होतं. त्यामुळे मी त्याला कंशिनर वापरण्याचा सल्ला दिला. त्याने तो मान्य केला आणि त्यानंतर त्याच्या केसांची गुणवत्ता खूपच सुधारलेली आढळून आली. केसांच्या बाहेरच्या स्तराला कंडिशनरमुळे एक प्रकारचे सुरक्षा कवच प्राप्त होते, जे ठराविक काळासाठी केसांमधील नैसर्गिक तेल–ओलावा टिकवून धरते. सूर्याच्या प्रखर किरणांमुळे केसांच्या बाह्यांगाला जी हानी पोचते त्यापासून देखील कंडिशनर संरक्षण मिळवून देते. केसांच्या सर्वांत वरच्या स्तराला सुरक्षा कवच पुरवून त्यांना मऊ–मुलायम बनवते. कंडिशनरचे प्रामुख्याने दोन प्रकार असतात – वरवरच्या संरक्षणासाठी 'सरफेस कंडिशनर' आणि सखोल आतपर्यंत परिणाम करण्यासाठी 'डीप पेनिट्रेटिंग कंडिशनर'. सरफेस कंडिशनर हे अगदी सामान्य प्रकारचे असून ते आपण नियमितपणे केसांना शांपू केल्यानंतर उपयोगात आणू शकतो. यामुळे केसांना सुरक्षा कवच प्राप्त होतेच शिवाय ते मुलायम आणि देखभाल करायला सोपे बनतात. डीप पेनिट्रेटिंग कंडिशनरचा उपयोग केसांवरील उपचारांदरम्यान

केला जातो. हे कंडिशनर केसांच्या अगदी खोलवर मुळापर्यंत जाऊन परिणाम घडवून आणतात आणि दीर्घकाळपर्यंत केसांना मऊ मुलायम राखण्याचे काम करतात. खूपच जास्त शुष्क किंवा इजा झालेल्या केसांसाठीच फक्त या प्रकारचे कंशिनर वापरले जाते मात्र त्याचा नियमितपणे उपयोग अजिबात करू नये.

कंडिशनिंग म्हणजे शांपूच्या वापरानंतर विशिष्ट प्रसाधनाच्या सहाय्याने केसांना मऊ आणि मुलायम बनविण्याची एक प्रक्रिया आहे. अतीनील किरणे, प्रदुषण तसेच चुकीची जीवनशैली आदी कारणांमुळे केस शुष्क, रखरखीत, निस्तेज आणि निर्जिव बनतात. प्रत्येक प्रकारच्या केसांना कंडिशनिंगची गरज असते. आपल्या केसांसाठी अनुरुप असा योग्य प्रकारचा कंडिशनर निवडणे फार महत्त्वाचे असते. शांपूप्रमाणेच कंडिशनरचे देखील विविध केसांसाठी विविध प्रकार उपलब्ध असतात. आपल्या केसांचा पोत कसा आहे याचे विश्लेषण करून त्यांच्या प्रकाराला अनुरुप कंडिशनरची निवड करणे ही आपली जबाबदारी आहे.

नैसर्गिक कंडिशनर्स

बाजारात उपलब्ध असलेल्या विविध कंडिशनरच्या खेरीज आपलं स्वयंपाकघर ही एक अशी जागा आहे, जिथे स्वाभाविकतःच काही सर्वोत्तम कंडिशनर्स हजर असतात. ज्या कंडिशनरमध्ये शुद्ध स्वरुपातील घटक समाविष्ट असतात आणि जे केसांना योग्य पोषण मिळवून देतानाच त्यांची निगा राखतात असे कंडिशनरच सगळ्यात चांगले नैसर्गिक आणि सेंद्रीय उत्पादन असतात. या कंडिशनरमध्ये कसलीही विषारी द्रव्ये समाविष्ट नसतात आणि त्यामुळे केस सशक्त बनतात, त्यांच्यातील गुंता नाहीसा होतो, केसांच्या मुळांना ओलावा आणि पोषण मिळते. आपण घरच्या घरी स्वतः कंडिशनर तयार करू शकतो. घरी बनविलेले कंडिशनर हे कमी खर्चिक असतात आणि आपल्या स्वयंपाकघरात उपलब्ध असलेल्या नेहमीच्याच घटकांना वापरून ते तयार करता येतात.

तेल, दही, अंडी आणि मेंदी यासारखे नैसर्गिक कंडिशनर्स आपण सहजी वापरू शकतो हे अगदी खरं असलं, तरीही केवळ त्यांवरच पूर्णपणे अवलंबून राहणे

अवघड असते.

कंशिनर कसा निवडावा ?

आज बाजारपेठेत प्रचंड वैविध्यपूर्ण कंडिशनरर्स मिळतात. अन्य केशसुरक्षा उत्पादनांप्रमाणेच ते देखील विविध प्रकारांत आणि मिश्रणांत उपलब्ध असतात. पण आपण कंडिशनरची खरेदी करताना आपल्या केसांचा प्रकार आणि परिस्थिती यांना अनुरुप ठरेल त्याचीच निवड करायला हवी. कुठल्याही ब्रँडच्या मोहात पडून कंडिशनर खरेदी करू नये. तथापि खरेदी केलेला कंडिशनर हा चांगल्या प्रामाणिक ब्रँडचाच असेल याचीही खात्री बाळगणे गरजेचे असते, हलक्या दर्जाची स्वस्तातील कंडिशनर खरेदी करू नयेत. बाटलीबंद स्वरुपातील हर्बल कंडिशनर अजिबात घेऊ नयेत.

कारण वन औषधींमध्ये रासायनिक घटक समाविष्ट केल्याखेरीज त्यांना बाटलीत टिकवून ठेवणे अशक्य असते. तेव्हा अशा प्रकारचे कंडिशनर खरेदी केल्यास नाहक खर्चाला बळी पडावे लागते शिवाय अपेक्षित शुद्धता, परिणाम तर मिळत नाहीच. कंडिशनरचे काही ठळक प्रकार पुढीलप्रमाणेः

- **मूलभूत (बेसिक) कंडिशनर्स–** यांनाच वरवर उपयोगाचे अर्थात् सरफेस कंडिशनर्स म्हणूनही ओळखले जाते. थोड्या कालावधीसाठी हे कंडिशनर केसांवरती एक पातळ सुरक्षा कवच तयार करतात. हे कंडिशनर केसांत खोलवर जात नाही परंतु केस मऊ, मुलायम तसेच जटामुक्त नक्कीच बनवतात. कंडिशनर लावल्यानंतर केस धुण्यापूर्वी ते काही काळ तसेच केसांत ठेवून द्यावे. हे तात्पुरत्या उपयोगाचे असतात आणि केसांमध्ये आत शिरत नाहीत. शांपूचा वापर केल्यानंतर अगदी दररोज हे कंडिशनरर्स उपयोगात आणले तरी चालतात.

- **लिव्ह इन कंडिशनर्स–** हे सरफेस प्रकारातील कंडिशनरच असतात परंतु ते लावल्यानंतर धुवून टाकण्याची गरज नसते. तेलकट केस असणाऱ्या व्यक्तींसाठी या प्रकारचे कंडिशनर्स खूपच उपयुक्त ठरतात. हे कंडिशनर्स

केसांना सुरक्षा कवच बहाल करत असल्याने गरम उपकरणांच्या सहाय्याने केशरचना करण्यापूर्वी हे कंडिशनर केसांना लावल्यास फायद्याचे ठरते.

- **तीव्र (इन्टेन्सिव्ह) कंडिशनर्स** – आत खोलवर जाणाऱ्या डीप पेनिट्रेटिंग प्रकारातील हे कंडिशनर्स असून ज्या लोकांना केसांची समस्या आहे अथवा केस खूपच शुष्क आहेत अशांनीच त्यांचा वापर करणे इष्ट ठरते. मास्क आणि कंडिशनिंग उपाययोजनांच्या स्वरुपात ते उपलब्ध होतात.

हे कंडिशनर्स केसांत खोलवर आत जातात आणि केसांना मऊ मुलायम अनुभूती मिळवून देतात. यांचा परिणाम दीर्घकाळ टिकणारा असल्याने हे दररोज किंवा वरचेवर वापरण्याची आवश्यकता नसते. हे कंडिशनर लावल्यानंतर दोन–पाच मिनिटे तसेच राहू द्यावे मग गरम टॉवेलने केसांना थोडा वेळ वाफ देऊन त्यानंतर व्यवस्थितपणे धुवून टाकावे. केवळ शुष्क किंवा खराब झालेल्या केसांवरतीच हे कंडिशनर्स उपयोगात आणावेत, हे विसरू नये. तेलकट प्रकारातील केसांसाठी ते अजिबात चांगले नसतात. जर तुम्हाला हे कंडिशनर वापरायची आवश्यकता भासली तर विविध ब्रँड्सची नीट पारख करून त्यांनी दिलेल्या सगळ्या सूचना नीट वाचून मगच त्यांची खरेदी करावी कारण विभिन्न स्टाईल आणि उपयोगानुसार विविध ब्रँड्सचे कंड्शिनर उपयोगी पडत असतात.

कंडिशनर कसा वापरावा ?

- केसांना शांपू लावा, केस स्वच्छ खळखळून धुवा आणि मग केसांतील अतिरिक्त ओलावा टॉवेलच्या सहाय्याने अलगद टिपून घ्या.
- कंडिशनर वापरण्यापूर्वी पुढील मुद्दे अवश्य लक्षात ठेवाः
  –आपल्या केसांचा प्रकार आणि उद्‌भवलेली समस्या
  –केसांची लांबी आणि जाडी. कारण केस जेवढे लांब आणि जाड असतील तेवढे जास्त कंशिनर त्यांना लागते. तसेच जाड केसांना तीव्र कंडिशनरची आवश्यकता भासते.
- आपल्या हाताच्या तळव्यावर थोड कंडिशनर घ्या. एकाचवेळी खूप जास्त

प्रमाणात कंडिशनर घेऊ नका कारण त्यामुळे केस निस्तेज, दुर्बल आणि चिकट होऊ शकतात.

- कंडिशनर हे फक्त आपल्या केसांनाच लावा. त्याचा स्पर्श डोक्यावरील त्वचेला होणार नाही याची खबरदारी घ्या. डोक्यावरील त्वचेवर निसर्गतःच तेल असते आणि तिला वेगळ्या कंडिशनरची गरज नसते. केवळ केसांनाच कंडिशनिंगची आवश्यकता भासते, डोक्यावरील त्वचेला कधीही नाही.

- कंडिशनर अगदी हळुवारपणे केसांच्या खालच्या दिशेने चोळा, मुळांपाशी पोषण मिळण्याची सर्वाधिक गरज असते.

- कंडिशनर केसांत सगळीकडे सारख्या प्रमाणात पसरावे यासाठी विरळ मोठ्या दातांच्या कंगव्याने किंवा ब्रशने परंतु अतिशय हळूवारपणे केस विंचरा. केस ओले असताना खसाखसा विंचरले तर ते तुटण्याची भीती असते.

- कंडिशनर लावल्यानंतर काही वेळ ते केसांत तसेच राहू द्या आणि मग अगदी व्यवस्थितपणे केस स्वच्छ धुवून घ्यावेत.

- नेहमीच्या साध्या पाण्याने केस खळखळून धुतल्यानंतर अगदी शेवटी एक थंडगार पाण्याचा हबका मारावा.

- कंडिशनर धुवून टाकण्यापूर्वी जर केसांना टॉवेल गरम करून वाफ मिळू दिली तर ते अतिशय चांगले ठरते कारण त्यामुळे कंडिशनरचा सर्वोत्तम चांगला परिणाम दिसून येतो.

नैसर्गिक कंडिशनर्स आणि केसांना कंडिशनिंग करण्यासाठी काही घरगुती उपाययोजना

प्रत्येक प्रकारच्या केसांना वेगवेगळ्या अनुरूप कंडिशनरची गरज असते मग अगदी कंडिशनर नैसर्गिक प्रकारचे असले तरीही. तसेच सगळ्याच प्रकारच्या केसांना कंडिशनिंग करण्याची गरज असते. कंडिशनर हे फक्त शुष्क, खराब किंवा रासायनिक प्रक्रिया केलेल्या केसांवरच वापरायचे असतात असे नाही.

कंडिशनर हे केसांवर एखाद्या सुरक्षा कवचाप्रमाणे काम करत असते आणि वातावरणातील हानीकारक घटकांपासून केसांना संरक्षण पुरविते. तसेच याच्या

वापरामुळे केस मुलायम आणि सहज देखभाल करण्याजोगे बनतात. नैसर्गिक कंडिशनर्स वापरण्याच्या काही योग्य पद्धती आहेत ज्यामध्ये कंडिशनरमधील घटक आणि त्याचा वापर कसा करावा याची नीट माहिती असणे महत्त्वाचे ठरते.

- शुष्क केसांसाठी आपण दही, मेथीच्या दाण्यांची पावर आणि तेल यांचा कंडिशनर म्हणून उपयोग करू शकतो.
- सामान्य केसांसाठी अंडी आणि कोरफडीच्या जेलचा कंडिशनर म्हणून चांगला उपयोग होतो.
- तेलकट केसांसाठी व्हिनेगर आणि मेंदी हे उत्तम नैसर्गिक कंडिशनर म्हणून काम करतात.

कंडिशनिंगसाठीच्या काही घरगुती रेसिपी पुढीलप्रमाणे

- केस विंचरून त्यांचे एकसारखे भाग पाडून त्यामध्ये ब्रशच्या सहाय्याने केसांना दही लावून ठेवावे. शक्य असल्यास यासाठी आंबट दह्याचा वापर करावा कारण ते केसांवर अधिक परिणाकारक ठरते. एक तास ते केसांत तसेच राहू द्यावे आणि मग आपल्या केसांना अनुरुप अशा शांपूने ते स्वच्छ धुवून टाकावे. दही केसांतून पूर्णपणे धुवून निघून जाईल याची दक्षता यावी. जास्त कंडिशनिंग मिळण्यासाठी ते केसांत तसेच राहू देण्याची चूक करू नये अन्यथा केसांवर दुष्परिणाम होईल.

- दह्यामध्ये मेथीच्या दाण्यांची पावडर मिसळून त्यांची चांगली पेस्ट तयार करून ती केसांमध्ये लावावी. सुमारे पाऊण तास ती तशीच ठेवून मग आपल्या केसांना अनुरुप अशा चांगल्या शांपूच्या सहाय्याने केस स्वच्छ धुवून टाकावे. पुन्हा एकदा दही तसेच मेथीची पावडर केसांतून पूर्णपणे धुवून निघून जाईल याची न विसरता दक्षता यावी. दही अथवा मेथी पावडर केसांत तशीच राहिल्यास केसांवर दुष्परिणाम होईल.

- कोरफडीच्या पानावर चाकूने कापून त्यामधून निघणारा द्राव (जेल) काढून घेऊन तो फूड प्रोसेसरमध्ये व्यवस्थित फिरवून त्याची पेस्ट तयार करावी. ही

पेस्ट केसांना लावून सुमारे दोन तास केसांत तशीच राहू द्यावी. त्यानंतर आपल्या केसांना अनुरुप अशा चांगल्या शांपूने केस स्वच्छ धुवून टाकावेत. कोरफडीचा गर हा प्रचंड चिकट असल्याने तो केसांतून नीट पूर्णपणे निघून जाईपर्यंत केस धुवावेत.

- काही चमचे दह्यामध्ये मेंदी मिसळून ते मिश्रण केसांत लावावे नंतर शॉवर कॅप डोक्यावर घालून सुमारे एक तासभर ते तसेच राहू द्यावे. लक्षात ठेवा मेंदी केसांमध्ये कधीही वाळू देऊ नये अन्यथा ती केसांना देखील कोरडे शुष्क बनवते. त्यामुळे तासाभराने शांपू आणि पाण्याच्या सहाय्याने केस स्वच्छ धुवून टाकावे. कंडिशनिंगसाठी म्हणून देखील एक तासापेक्षा जास्त वेळ मेंदी केसांमध्ये राहू देऊ नये.

- व्हिनेगर देखील उत्तम कंडिशनर म्हणून कामास येते. केस आधी शांपूने व्यवस्थित धुवून या. पाण्याने पूर्ण भरलेल्या एका मगमध्ये १० मिली व्हिनेगर मिसळून त्या द्रावणाने सगळ्यात शेवटी केस धुवा. यानंतर मग केसांना अजिबात पाणी लागू देऊ नका.

- तीळ, खोबरेल, मोहरी किंवा ऑलिव्ह यांपैकी कोणतेही एक तेल केसांना लावा आणि सुमारे अर्धा तास गरम वाफेच्या टॉवेलमध्ये केस गुंडाळून ठेवून द्या. तापमान नियंत्रित राखण्यासाठी टॉवेल बदलत राहा. टॉवेलचे तापमान कधीही खूप थंड अथवा गरम असता कामा नये. लावलेले तेल सुमारे दोन ते तीन तास केसांत तसेच ठेवून मग आपल्या केसांना अनुरुप शांपूच्या सहाय्याने केस स्वच्छ धुवून टाकावे.

- एका भाड्यात दोन अंडी फोडून नीट फेटून घ्यावीत. त्यामध्ये थोडेसे दूध मिसळावे. केसाचा समान भागांमध्ये भांग पाडून घ्यावा आणि ब्रशच्या सहाय्याने हे मिश्रण केसांना लावावे. अर्धा तास हे मिश्रण केसांत तसेच ठेवून मग आपल्या केसांना अनुरूप अशा शांपूने केस स्वच्छ धुवून टाकावे.

शक्यतो चांगला सुवासिक शांपू केस धुण्यासाठी वापरावा कारण अंड्याला खूप उग्र वास असतो आणि नुसत्या पाण्याने कितीही वेळा धुतले तरी सहजी तो दूर होत नाही.

तर हे आहेत काही उत्तम नैसर्गिक कंडिशनर्स आणि केसांना कंडिशनिंग करण्याच्या काही सोप्या घरगुती रेसिपी. यापैकी कशाचाही आपल्यावर कोणताही दुष्परिणाम होत नाही कारण ते पूर्णतः नैसर्गिक घटक आहेत. परंतु असे असले तरी सध्याच्या काळात फक्त एवढ्याच कंडिशनरचा वापर करणं हे फारसे संयुक्तिकही ठरत नाही आणि पुरेसे देखील पत नाही. वातावरणात सध्या एवढे प्रचंड प्रदुषण वाढले आहे की आपल्या केसांना एकदम सुयोग्य अशा अन्य कंडिशनरची गरज भासतेच.

नैसर्गिक कंडिशनर्स एका ठराविक मर्यादेपर्यंत उपयुक्त ठरतात. आपण ते महिन्यातून एकदा किंवा फार तर दोन वेळा वापरू शकतो. परंतु त्यांचा वारंवार उपयोग केल्यास ते फारसे परिणामकारक सिद्ध होत नाहीत. विशेषतः केसांवर काही रासायनिक प्रक्रिया, उपाययोजना केली असेल तर मात्र नाहीच. तसेच आजच्या युगातील आधुनिक आणि धकाधकीच्या जीवनशैलीमध्ये हे नैसर्गिक कंडिशनर तयार करणे आणि लावणे यासाठीचा पुरेसा वेळ देखील कोणापाशी उपलब्ध नसतो. त्यामुळेच सर्वसामान्य रासायनिक कंडिशनर्स केसांना लावण्याचा सल्ला आता सगळीकडे दिला जातो. रासायनिक कंडिशनरमुळे केसांना हानी पोचते हा चुकीचा समज आहे. खरे पाहता, आपल्या केसांना त्यांची नितांत गरज असते आणि म्हणूनच त्यांचा नियमित वापर करायला हवा. आपल्या केसांना अनुरुप अशा योग्य प्रकारच्या प्रसाधनाची निवड करा आणि बिनधास्तपणे त्याचा उपयोग करा.

कंडिशनिंग बाबत काही भ्रामक समजुती

- कंडिशनर्सचा दररोज वापर करू नये. हा समज साफ चुकीचा आहे. आपल्या केसांमध्ये शांपूचा उपयोग केल्यानंतर प्रत्येकवेळी कंडिशनरचा वापर करायलाच हवा. त्यामुळे केस मुलायम होतात शिवाय उष्णता, वारा, क्लोरिन, रासायनिक पदार्थ इत्यादींपासून त्यांचे संरक्षण देखील होते.

- तेलकट केसांना कंडिशनरची गरज नसते. हा समज देखील अजिबात योग्य नाही. वास्तविक पाहता अगदी खूप तेलकट केस सुद्धा नियमित शांपू वापरल्याने शुष्क पडतात. डोक्यावरील त्वचा कायम तेलकट राहत असते त्यामुळे केस कितीही तेलकट असले तरी कंडिशनर वापरायलाच हवा.

- कंडिशनर्सला पर्याय म्हणून तेल लावले तरी चालते. हा एक मोठा गैरसमज आहे. केसांना तेल लावणे ही नक्कीच चांगली बाब आहे परंतु तेल हे काही एखाद्या कंडिशनिंग घटकाप्रमाणे कार्य करू शकत नाही कारण तेल लावल्यावर अगदी काटेकोरपणे व्यवस्थित धुवून टाकतो, ज्यामुळे केस पुन्हा कोरडे पडतात. तेव्हा केसांमधील ओलावा टिकून रहावा आणि त्यांना नीट पोषण मिळावे यासाठी शांपू लावल्यानंतर कंडिशनर वापरण्याची नितांत आवश्यकता असते.

- रासायनिक कंडिशनर्स हानीकारक असतात. हा देखील एक चुकीचा समज आहे. शांपूप्रमाणे कंडिशनर हे काही केसांच्या देखभालीसाठी अत्यावश्यक नसतात. त्यांच्या वापरामुळे कधीच दुष्परिणाम होत नाही उलट त्यांची गरज नसताना जर वापरले गेले तरच त्यामुळे काही हानी होण्याचा संभव असतो. सर्व प्रकारच्या केशसुरक्षा प्रसाधनांमध्ये रासायनिक घटकांचा समावेश हा असतोच पण ती सगळी काटेकोर उत्पादन आणि गुणवत्ता प्रक्रियेच्या अंतर्गत तयार केलेली असल्याने ती केसांसाठी पूर्णतः सुरक्षित असतात.

- सगळे कंडिशनर्स एकसारखेच असतात. हा साफ चुकीचा समज आहे. वेगवेगळ्या प्रकारच्या आणि वेगवेगळ्या परिस्थितीतील केसांसाठी विभिन्न

प्रकारची कंडिशनर्स मिळतात. कंडिशनरची निवड नेहमी डोळसपणेच करावी. आपल्या केसांचा प्रकार आणि पोत याचे नीट विश्लेषण करून ते जाणून घेऊन त्यांना अनुरुप ठरेल अशाच प्रकारचा कंडिशनर नेहमी वापरावा.

६

केस विंचरताना काळजी घ्या

बाबा रे! कृपा कर आणि तुझ्या केसांना कबुतराची, मांजराची विष्ठा लावणं बंद कर. त्यापेक्षा तू टकला झालेला मला चालेल!

कित्येक लोक हे आपले केस विंचरण्याचे कंगवे, ब्रश यांबाबत खूप चोखंदळ आणि काटेकोर असतात परंतु गंमत म्हणजे त्यांचा नेमका उपयोग काय असतो हे या लोकांना माहितीच नसतं. चुकीचा ब्रश निवडल्यामुळे बहुतांश लोक आपल्या केसांना इजा पोचवत असतात. माझी एक ग्राहक याचं उत्तम उदाहरण आहे. ती सतत केस गळण्याबद्दल माझ्याकडे तक्रार करत असते. मग एक दिवशी मी ती वापरत असलेला कंगवा पाहिला आणि तिच्या केस गळतीमागचं नेमकं मूळ कारण काय आहे ते माझ्या लक्षात आलं. तिचे केस हे अतिशय कुरळे आणि जाड होते आणि ती वापरत असलेल्या कंगव्याचे दात अगदी पातळ–बारीक प्रकारचे होते. जेव्हा मी विचारलं, की तू एवढा बारीक दातांचा कंगवा का वापरतेस, तेव्हा ती उत्तरली की बारीक दातांच्या कंगव्यामुळेच तिला चांगला लूक मिळतो अन्यथा तिचे केस हे सांभळण्यापलिकडचे आहेत. प्रत्यक्षात त्याचा परिणाम हा अगदी उलटाच होत होता. तिचे केस कंगव्यात अडकून तुटत होते आणि गळत होते. मी तिला जाड दातांचा कंगवा वापरण्याचा सल्ला दिला. ज्यामुळे तिच्या केसांत गुंताही होणार नाही आणि केस तुटण्यापासून सुटका होईल.

केस योग्य प्रकारे कसे विंचरावेत

आपण सगळेच जण अगदी नियमितपणे केस विंचरत असतो. पण आपण ते योग्य पद्धतीने करतो की नाही, याकडे तुम्ही कधी लक्ष पुरवलं आहे का? केस विंचरण्याची एक योग्य पद्धती असते हे माहितीये का तुम्हाला? होय, अशी एक पद्धती असते. चला अगदी प्राथमिक गोष्टींपासून सुरवात करू या.

- शांपू आणि कंडिशनरचा वापर करून केस धुतल्यानंतर ते टॉवेलने अगदी नीट कोरडे करून या. केस कोरडे करताना ते फक्त टॉवेलमध्ये गुंडाळून अतिशय हळूवारपणे कोरडे करा. केस खसाखसा पुसू नका कारण त्यामुळे त्यांचा गुंता होईल आणि ते तुटतील सुद्धा. लक्षात ठेवा, ओले असताना केस हे सर्वाधिक नाजूक आणि कमकुवत स्थितीत असतात.
- विरळ दातांचा कंगवा अथवा ब्रश वापरून केस हे वरून खालच्या दिशेने अगदी हळूवारपणे विंचरा. तळापासून सुरवात करून मग वर सरका.

- आपल्या बोटांच्या साह्याने डोक्यापासचे केस हलकेच विस्कटा ज्यामुळे ते पटकन कोरडे होतील. केस वाळवण्यासाठी हवेचा झोत मारणारा ड्रायर वापरणे टाळा.
- केसांचा मधोमध भांग पाडताना विरळ, जाड दातांचा कंगवा वापरा.
- केस अगदी मुळापासून त्यांच्या विभागानुसारच ते विंचरा.

सुयोग्य कंगवा/ब्रश कसा निवडावा

बाजारात असंख्य प्रकारचे कंगवे, ब्रश मिळतात.

वेगवेगळ्या कंगव्यांचा उपयोग हा वेगवेगळ्या कामांसाठी केला जातो. आपण नेहमी सुयोग्य प्रकारचाच कंगवा अथवा ब्रश निवडला पाहिजे. कंगवा अथवा ब्रशचे प्रामुख्याने चार मूलभूत प्रकार असतातः

- **व्हेंटेड हेअर ब्रशः** या प्रकारच्या ब्रशचे दाते मोठे आणि सुटे असतात. दातांचे टोक गोलाकार असून त्यामुळे केस विंचरताना ते तुटण्यापासून बचावतात. या ब्रशच्या नावाप्रमाणेच त्यांचा उपयोग प्रामुख्याने केस वाळविण्यासाठी केला जातो. याच्या विस्तारीत मोकळ्या दातांमुळे केस विंचरताना त्यामधून हवा खेळती राखली जाते.
- **कुशन्ड हेअर ब्रशः** लांब केस बाहेरच्या बाजूला विंचरण्यासाठी या प्रकारच्या ब्रशचा वापर उपयुक्त ठरतो. या ब्रशच्या वरच्या भागात मऊ कुशन बसविलेले असल्याने केस विंचरताना पडणाऱ्या कोणत्याही प्रकारच्या अतिरिक्त दबावापासून केसांचा बचाव होतो.
- **राऊंड हेअर ब्रशः** या प्रकारच्या ब्रशमध्ये खूप वैविध्य आढळते. केसांना विशिष्ट वळण देण्यासाठी, बटा काढण्यासाठी किंवा केसांना कुरळेपणा देण्यासाठी या प्रकारचे ब्रश उपयुक्त ठरतात.
- **क्लासिक हेअर ब्रशः** हे ब्रश अर्धगोलाकार आकारातील असतात आणि प्रामुख्याने फक्त केस विंचरण्यासाठी उपयोगात आणले जातात. या ब्रशमध्ये पाच, सात किंवा नऊ या संख्येमध्ये दातांच्या ओळींची रचना करण्यात आलेली असते.

केस विंचरण्याच्या ब्रशमध्ये सामान्यतः चार प्रकारचे दात (ब्रिसल्स) वापरले जातात. बोअर (डुकराच्या केसांपासून बनविलेले), नायलॉन, पोर्क्युपाईन

(साळींदराच्या काट्यांपासून बनविलेले) आणि मेटॅलिक (धातूचे)

- **बोअर ब्रिसल्सः** हे निसर्गतःच मऊ आणि मुलायम असतात. केस दाटपणे विंचरून डोक्याची कातडी व्यवस्थितपणे झाकली जाण्यासाठी हे उपयुक्त ठरतात.

- **नायलॉन ब्रिसल्सः** यामध्ये अगदी मऊपासून ते एकदम कडक पर्यंत अनेकविध पर्याय आढळतात. ब्रश बनविताना सर्वाधिक वापर याच प्रकारच्या दातांचा होतो.

- **पोर्क्युपाईन ब्रिसल्सः** विविध प्रकारचे ब्रिसल्स एकत्रित करून हे तयार केले जातात. केसांवर या प्रकारच्या ब्रिसल्सचा अधिक चांगला परिणाम आढळून येतो.

- **मेटॅलिक ब्रिसल्सः** प्रामुख्याने केसांचे टोप (विग) किंवा कृत्रिम केसांचे भाग विंचरण्यासाठी याचा वापर केला जातो.

सुयोग्य प्रकारच्या ब्रशची निवड आणि त्याचवेळी केस विंचरण्याचं व्यवस्थित तंत्र आत्मसात केल्यानं आपल्या केसांची यथोचित निगा राखणं सहजशक्य होतं. विंचरल्यामुळे सामान्यतः केसांची सर्वात बाहेरची त्वचा, बाजू ही मुलायम होण्यास मदत होते, जी केस धुताना बहुतेकवेळा उघडी पतड असते. ब्रशच्या दातांमुळे ही त्वचा नीट झाकली जाते आणि त्यामुळे केसांच्या मुळांचे रक्षण होते. मात्र सतत ब्रशचा वापर करून केस विंचरल्याने केसांच्या बाह्य भागाचे नुकसान होते आणि केस तकलादू, रूक्ष होऊ शकतात.

केस विंचरण्याच्या काही खास टीप्सः

- आपले केस नेहमी स्वच्छ ठेवा आणि चांगल्या दर्जाच्या मऊ दातांचा कंगवा, ब्रश वापरा. कोंडा झालेल्या केसांची निगा राखण्यासाठी देखील हे ब्रश उपयुक्त ठरतात. कडक प्लॅस्टीक किंवा धातूपासून बनविलेला कंगवा अथवा ब्रश कधीही वापरू नका.

- अस्वच्छ, मळलेला, घाण अडकलेला कंगवा किंवा ब्रश कधीही केसांतून फिरवू नका.

- दिवसांतून दोन वेळा आपले केस विंचरा. यामुळे केसांच्या मुळांजवळील

रक्ताभिसरण सुरळीत राखण्यास मदत होते. शिवाय, डोक्यावरील तुटलेले केस आणि त्वचेच्या मृत पेशी दूर केल्या जातात. यामुळे केस दाट आणि निरोगी बनतात. असे असले तरीही, सारखे सारखे केस विंचरण्याची चूक करू नका किंवा केस खूप खसाखसा देखील विंचरू नका.

- रबर बँड किंवा अन्य कशानेही आपले केस कधीही खूप घट्ट आवळून बांधू नका. यामुळे केसांची मूळे दुबळी होतात आणि केस तुटण्याचा धोका संभवतो.
- वेड्यावाकड्या किंवा विचित्र प्रकाराने केस वळविण्याचा, सेट करण्याचा प्रयत्न कधीही करू नका.
- केसांचा आकार आणि त्यांचे आरोग्य नीट राखण्यासाठी दर सहा ते आठ आठवड्यांनी नियमितपणे केस कापून घेणे हे श्रेयस्कर असते.
- टोकाशी दुंभगलेले केस नियमितपणे कापून घ्या.
- आठवड्यातून एकदा साबणाच्या कोमट पाण्याने आपला कंगवा, ब्रश व्यवस्थितपणे स्वच्छ धुवून घ्यायला विसरू नका.
- जरासा देखील तुटला तरी देखील आपला कंगवा किंवा ब्रश लगेच टाकून द्या व नवीन घेऊन या कारण मोडका कंगवा केसांच्या मुळासाठी, डोक्यावरील त्वचेसाठी खूप हानीकारक ठरतो. केस कधीही उलट्या पद्धतीने विंचरू नका किंवा ब्रशने सेट करू नका.

७

केसांना रंग लावणे आणि नंतरची निगा

मी खूप जास्त प्रमाणात प्रवास करत असल्याने, मला स्वतःचा बहुतांश वेळ हा एअरपोर्टवर पुस्तके वाचणे किंवा लोकांशी गप्पा मारण्यात घालवायला आवतो. एकदा मी विमानतळावरच्या एका सुरक्षा अधिकाऱ्याशी गप्पा मारायला सुरवात केली आणि अर्थातच् संभाषणाची गाडी केसांच्या दिशेने वळली. हा अधिकारी त्याच्या केसांविषयी जी तक्रार करत होता, ती बहुधा केस रंगवल्यामुळे उधभवलेली होती. त्यानं मला सांगितलं, की तो स्वतःचे केस स्वतः घरच्या घरीच रंगवत होता. आणि मला वाटतं, की बहुधा हेच त्याच्या केसांच्या समस्येमागचं कारण होतं. घरच्या घरी केस रंगवणं ही अक्षरशः एक मोठी आपत्ती आहे, हे लक्षात घ्या. रंगाचं मिश्रण करण्याची प्रक्रिया आणि ते लावण्याची पद्धती यावर बहुतांश लोक अजिबात लक्ष देत नाहीत. त्यामुळे आपल्याला अपेक्षित असलेला रंग कधीही प्राप्त होत नाही. आणि जर रंग लावल्यानंतर तो व्यवस्थित आवश्यक तेवढा वेळ ठेवला नाही तर तो चटकन फिकट होतो किंवा थेट केसांनाच नुकसान पोचवितो. रंग लावण्याच्या प्रक्रियेसाठी दिला जाणारा वेळ हा व्यवस्थित योग्य असायलाच हवा अन्यथा आपल्याला हवा तसा रंग केसांना बसत नाही, ते नीट दिसत नाही. ही सर्व प्रक्रिया किचटक असून घरच्या घरी आपल्याला ते जमणं ही जवळपास अशक्य बाब आहे आणि यामुळेच त्या सुरक्षा अधिकाऱ्याचे केस खराब झाले होते. मी त्याला घरी स्वतः केसांना रंग लावणं त्वरित बंद करण्याचा आणि एखाद्या व्यावसायिक केशरचनाकाराला भेटण्याचा सल्ला दिला. पण त्याचे केस हे आधीच खराब झाले असल्याकारणाने पुन्हा पुढच्या वेळी रंग लावायला जाण्याआधी, रंग लावल्यानंतरच्या देखभालीबाबत नीट माहिती करून घेण्याचा मोलाचा सल्ला द्यायला मी विसरलो नाही.

केसांना लावण्याचे विविध रंग प्रकार

केवळ पांढरे केस लपवण्यासाठी म्हणून केसांना रंग लावण्याचे दिवस आता केव्हाच मागे पडले. सध्याच्या काळात केस रंगविण्याला आणखी खूप वेगवेगळी परिमाणं लाभली आहेत. केस रंगवणं हे एक दिमाख मिरविण्याचं (स्टाईल स्टेटमेंट) परिमाण झालं आहे. आजकाल अगदी तरूण वयातील मुलं–मुली सुद्धा

आपले केस रंगवून घेतात. केस रंगविण्यामागे आता खूप वेगवेगळी कारणं असू शकतात आणि विभिन्न गरजांनुसार ते रंगवून घेण्याचे प्रकार आणि पद्धती देखील अनेक असतात. केसांना लावण्याच्या रंगांचे आज विविध प्रकार उपलब्ध आहेत आणि मुख्यत्वे ते किती काळ टिकतात यानुसार त्यांचे वर्गीकरण केले जाते.

- **तात्पुरते टिकणारे रंगः** केसांवर कमी कालावधीसाठी टिकणारे तात्पुरते रंग हे प्रामुख्याने स्प्रे, रंगीत मस्कारा, रंगीत मेण, कलर डॉज, रंगीत शांपू आदी विविध प्रकारांत मिळतात. ते अल्प काळ केसांवर राहतात आणि मग अगदी सहजपणे धुवून नाहीसे करता येतात. तात्पुरत्या प्रकारातील रंगांमुळे शक्यतो केसांवर काही विपरित परिणाम होत नाही परंतु त्यांचा वारंवार वापर केल्यास मात्र केस निस्तेज आणि रूक्ष होण्याची भीती असते.
- **निम-कायमस्वरुपी टिकणारे रंगः** तात्पुरत्या टिकणाऱ्या रंगापेक्षा या प्रकारचे रंग अधिक भक्कम असतात आणि चार ते सहा वेळा केस धुवून टाकेपर्यंत टिकतात. तात्पुरत्या रंगांपेक्षा अधिक काळ टिकण्याची त्यांची क्षमता असली तरी कायमस्वरुपी टिकणाऱ्या रंगांच्या तुलनेत ते जरा सौम्य असतात. जेल, क्रिम, शांपू, मूसेज् इत्यादी प्रकारांत ते उपलब्ध असतात. या प्रकारचे रंग हे अगदी चटकन पांढऱ्या केसांना लपवून टाकतात आणि नाजूक – संवेदनक्षम त्वचेसाठी आणि केसांच्या मूळांसाठी देखील ते सुरक्षित असतात. त्यामुळेच, अगदी गर्भवती महिला देखील या प्रकारच्या रंगांचा निर्धास्तपणे वापर करू शकतात. बहुतेक वेळा लोक फॅशन म्हणून या रंगांचा उपयोग करतात. हे रंग खूप प्रकारच्या गडद छटांमध्ये मिळतात आणि त्यांचा परिणाम खूपच अप्रतिम असतो. हे रंग अगदीच अल्प प्रमाणात हानीकारक असल्याने आपण ते वारंवार देखील वापरू शकतो.
- **कायमस्वरुपी टिकणारे रंगः** पांढरे केस पूर्णतः दडवून टाकण्यासाठी तसेच पूर्णपणे नव्या फॅशनशी सुसंगत केसांची छटा प्राप्त करण्यासाठी या प्रकारचे रंग वापरले जातात. हे रंग प्रचंड लोकप्रिय असून अनेकविध प्रकारे, खूप विविध पद्धतींनी ते उपयोगात आणले जातात. या रंगाचे परिणाम हे खूपच आकर्षक आणि नैसर्गिक असतात. सर्व कायमस्वरुपी टिकणाऱ्या रंगाचे पुढील विभिन्न प्रकारांत वर्गीकरण होतेः व्हेजिटेबल टिन्ट्स, कंपाऊडं टिन्ट्स,

ऑक्सिडेटिव्ह टिन्ट्स आणि मेटॅलिक डायज्. हे रंग शक्यतो कोरड्या केसांवर किंवा मग उत्पादकाने दिलेल्या सूचनांनुसार वापरले जातात. हे रंग ऑक्सिडन्ट्स किंवा अमोनिया यांपैकी एकामध्ये मिसळून मग केसांना लावले जातात, असे केल्यामुळे केसांमधील नैसर्गिक मूलभूत रंगद्रव्य विरघळून त्यांमध्ये जमा होते आणि त्यायोगे हे रंग व्यवस्थितपणे केसांवर बसण्यास मदत होते. आपल्याला अपेक्षित असा उत्तम परिणाम बघायचा असेल तर केसांना रंग लावल्यानंतर पुरेशा कालावधीसाठी ते तसेच ठेवून देणे आणि मग त्यानंतरच ते धुवून वाळवणे योग्य असते.

केस रंगवल्यानंतरची देखभाल

रंग लावलेले केस नेहमीच खूप सुंदर आणि सजीव दिसतात पण ते तसे दिसावेत आणि टिकावेत यासाठी काही विशिष्ट प्रकारची काळजी घेणं महत्त्वाचं असतं; त्यासाठी आवश्यक तो वेळ देण्याची आणि प्रयत्न करण्याची गरज असते. केस रंगवल्यानंतर त्यांची अधिक जास्त देखभाल करावी लागते. हे काही फार अवघड किंवा कष्टाचं काम नाही. तुमच्याकडे थोडासा वेळ आणि ज्ञान असलं की झालं. सूर्यप्रकाश, वारा, शांपू, क्लोरिनयुक्त पाणी, घाम इत्यादी गोष्टी रंगविलेल्या केसांसाठी शत्रू असतात, यापैकी कशाच्याही त्वरित संपर्कात आल्याने केसांचा रंग अगदी सहजगत्या फिकुटतो आणि केस निस्तेज–निर्जीव दिसू लागतात. लालसर रंगछटा ही बाकीच्या रंगांच्या तुलनेत लवकर फिक्कट पडते, त्यामुळे जेव्हा तुम्ही केस रंगवता तेव्हा त्यांची अधिक जास्त प्रमाणात दक्षता यायला हवी. त्यासाठी केस रंगवल्यानंतर घ्यावयाच्या देखभालीचं ज्ञान आपल्याला असणं हे खूप गरजेचं आहे.

टच अप्स

जर तुमचे केस निर्जीव किंवा फिकुटलेले दिसू लागले तर एक महिन्याच्या अंतराने किंवा अधिक काळाने टच अप करून घेणं गरजेचं ठरतं. सामान्यतः कोणाचेही केस दरमहा तीन ते चार इंचाने वाढतात. त्यामुळे ज्यांचे केस पांढरे झाले आहेत अशांनी दरमहा टच अप करून घेणं हे आवश्यकच ठरतं. केस जर व्यवस्थित

पद्धतीनं रंगवलेले नसतील तर ते दुर्बल, सच्छिद्र बनतात आणि त्यांच्या टोकांना मोठ्या प्रमाणावर फाटे फुटतात.

रंगवलेले केस चांगल्या स्थितीत राखण्यासाठी पुढील काही टीप्स लक्षात ठेवाः केस रंगवल्यानंतर प्रखर उन्हात किंवा सोसाट्याचा वारा असलेल्या ठिकाणी जाणं टाळा. प्रखर उन किंवा जोराचा वारा यामुळे केस ठिसूळ आणि रुक्ष बनतात. उन्हात जाताना नेहमी छत्री सोबत ठेवा किंवा टोपी घाला अथवा स्कार्फ बांधा ज्यामुळे तुमचे केस फिकुटण्यापासून त्यांचं संरक्षण होईल.

लक्षात ठेवाः अन्य कोणत्याही रंगाच्या तुलनेत लाल रंग लवकर फिकट पडतो; त्यामुळे जर तुम्ही केसांना लाल रंगाची छटा वापरणार असाल तर केसांची अधिक जास्त प्रमाणात काळजी यायला हवी.

- जलतरण तलावातील क्लोरिन किंवा समुद्रातील मीठ हे केसांसाठी खूप हानीकारक असल्यामुळे पोहून आल्यानंतर आपले केस अतिशय काटेकोरपणे स्वच्छ धुणे अत्यावश्यक असते.
- व्हिटॅमिन ई युक्त केशसुरक्षा उत्पादने ही रंगवलेल्या केसांसाठी फारच उपयुक्त ठरतात.
- खराब झालेल्या केसांसाठी लो पीएच् शांपू उपयोगी ठरतात. आपल्या रंगवलेल्या केसांसाठी योग्य प्रकारचा शांपू निवडा. केवळ शांपूचा ब्रँड बघून त्याची खरेदी करू नका तर त्याच्या लेबलवरील माहिती काळजीपूर्वक वाचून मगच तो घ्या.
- खास रंगवलेल्या केसांसाठी बनविलेले शांपू वापरा. नेहमीच्या शांपूपेक्षा ते जरा सौम्य असतात आणि आपल्या केसांचा नैसर्गिक पोत कायम राखतानाच त्यांना लावलेला रंग अधिककाळ टिकून राहावा यासाठी सहाय्यभूत ठरतात. केस निस्तेज होण्यापासून बचावासाठी देखील हे शांपू उपयोगी ठरतात.
- केस वाळवताना कधीही ते जास्त जोर लावून खसाखसा पुसू नका.
- टॉवेलच्या सहाय्याने हळूवार पुसून केस कोरडे करा. रंग लावलेले केस

चटकन तुटण्याची भीती असते, त्यामुळे त्यांना काळजीपूर्वक हाताळणे फार महत्त्वाचे.

- प्रत्येकवेळी केस धुतल्यानंतर किंवा दरवेळी केसांची स्टाईल करण्यापूर्वी लिव्हइन कंडिशनरचा वापर करायलाच हवा. या सिलिकॉनयुक्त कंडिशनर्समुळे केसांची बाह्य त्वचा व्यवस्थित झाकली जाते व त्यामुळे केस मऊमुलायम आणि रेशमी दिसू लागतात. यामुळे केसांना चांगला पोत आणि ताकद देखील प्राप्त होते. याप्रकारच्या कंडिशनरमुळे बहुतेकवेळा केस सरळसोट होतात आणि त्यांची देखभाल करणं हे अधिक सुलभ बनतं.
- रंगवलेल्या केसांना शांपूने धुतल्यानंतर कंडिशनर वापरणं हे अत्यावश्यक असतं. अधिक सखोल पद्धतीने कंडिशनिंग करून घेण्यासाठी तुम्ही महिन्यातून एकदा सलूनला देखील भेट देऊ शकता. अल्ट्राव्हायोलेट किरणांपासून सुरक्षा पुरविणारी स्टाईलिंग उत्पादनेच वापरा.
- केसांना रंग लावल्यानंतर वर नमूद केलेल्या टीप्स उपयोगात आणल्यास तुमचे केस कायम सुंदर आणि निरोगी राहतील.

केसांना रंग लावताना कुठल्याही परिस्थितीत त्याचा स्पर्श तुमच्या डोक्यावरील त्वचेला होणार नाही याची जेवढी शक्य आहे तेवढी दक्षता घ्याच. रंगाचा त्वचेला स्पर्श होणं किंवा चुकीच्या पद्धतीने रंग लावणं हेच बहुसंख्यवेळा केसांना इजा पोचण्यास कारणीभूत ठरतात. हे सगळं टाळण्यासाठी थाडेसे जास्त पैसै खर्च करणं आणि जेथे ही दक्षता घेतली जाईल अशा एखाद्या नामांकित सलूनमध्ये जाणं हेच सूज्ञपणाचं लक्षण आहे.

सातत्याने रंगवले जाणारे केस

केसांना सातत्याने रंग लावल्यास केस दुंभगणे, सच्छिद्र होणे, रुक्ष पडणे आणि ठिसूळ होणे या समस्या उद्‌भवतात. अशा प्रकारच्या केसांना पुन्हा ओलावा मिळवून देण्यासाठी सखोल कंडिशनिंगची उपाययोजनाच करावी लागते.

रासायनिक द्रव्यांचा अतिरिक्त वापर हा केसांना त्यांच्यातील नैसर्गिक तेल आणि

ओलाव्यापासून दूर ठेवतो. जे केस सातत्याने रंगवण्याची गरज भासते, त्यांना सातत्याने कंडिशनिंग करून आर्द्रता प्राप्त करून देणे देखील अत्यावश्यक असते. कंडिशनर्समध्ये केसांच्या दुखावलेल्या भागांना पुरेशा प्रमाणात ओलावा आणि प्रोटीन पुरविण्यासाठी आवश्यक ते घटक असतात त्यामुळे आपल्या केसांना छान तजेला मिळतो, ते वाऱ्यावर लहरू लागतात. त्यामुळे कृपया कुठल्याही परिस्थितीत केस रंगवल्यानंतर ही एक अत्यंत आवश्यक अशी पायरी अजिबात टाळू नका!

केस रंगवण्याबाबत भ्रामक समजुती

- **रंग केसांना रूक्ष आणि खराब बनवतातः** हा समज काही प्रमाणात खरा आहे. पण जर रंग सुयोग्य पद्धतीने वापरले तर केस अजिबात खराब होत नाहीत. होय, रंगांमुळे केस कोरडे पडतात परंतु जर तुम्ही योग्य कंडिशनर वापरले किंवा तेलाचा मसाज केला तर केस निश्चित निरोगी राखले जातात.

- **रंगांच्या वापराने केस आणखी जास्त पांढरे होतातः** रंगांच्या वापराने केस अजिबात पांढरे होत नाहीत. केस पांढरे होणे ही एक अंतर्गत प्रक्रिया आहे आणि त्याचा रंगांशी काहीही संबंध नाही.

- **तरुण वयात सारखे केस रंगवले तर केसांना हानीकारक असतेः** रंगांचा परिणाम हा सर्व वयोगटांमध्ये सारखाच असतो. बहुतेक वेळा, रंग लावण्याची चुकीची पद्धती ही केसांना हानी पोचविण्यास जबाबदार असते.

नैसर्गिक रंग : मेंदी

मेंदी लावणे ही केस रंगवण्याची एक नैसर्गिक पद्धती आहे आणि भारतामध्ये ती जवळपास अनंतकाळापासून चालत आलेली आहे असं म्हटलं तरी चालेल. मेंदी हा भारतामध्ये एक अत्यंत लोकप्रिय असा केसांना लावण्याचा नैसर्गिक रंग (हेअर डाय) मानला जातो. मेंदीमधील थंडावा देण्याच्या गुणधर्मामुळे तिचा वापर हा उष्णकटिबंधातील देशांमध्ये अधिक प्रमाणात आढळून येतो. मेंदीचं झुडूप

असतं आणि त्याच्या वाळलेल्या पानांना बारीक कुटून त्यापासून मेंदी तयार केली जाते. मेंदीच्या झुडूपाचं देठ आणि मुळ्या देखील केसांना अधिक जास्त हेलकावे देण्यासाठी उपयोगात आणता येतात. मेंदीच्या झुडूपाच्या या भागांमध्ये रंग अजिबात नसतो. पण त्यांच्या वापरामुळे केसांना एक हलक लाल-शेंदरी रंगाचा शिकावा मिळू शकतो, डोक्याच्या त्वचेवरील अतिरिक्त तेल शोषून घेतलं जातं आणि केसांना मस्त हलकेपणा देखील मिळतो. मेंदीमुळे केसांना रंगाचं एक कायमस्वरुपी कोटींग प्राप्त होतं. नियमित वापरामुळे मेंदीचा रंग अधिकाधिक गडद होत जातो आणि पांढरे केस अतिशय सुरेख प्रकारे झाकले जातात. मेंदीचा रंग कायमस्वरुपी टिकणारा आणि भक्कम असल्याने एकदा ती लावल्यानंतर केसांवर दुसरी कुठलीही रासायनिक प्रक्रिया करणं किंवा फिकट छटेचा कायम टिकणारा रंग केसांवर लावणं शक्य होत नाही.

मेंदीचा वापर उन्हाळ्यात आणि पावसाळ्यात करणं सर्वोत्तम ठरतं, कारण त्यामुळे केसांना रंग आणि कंडिशनिंग मिळण्याच्या जोडीलाच डोकं थंड देखील राखलं जातं. थंडीच्या मोसमात हवा कोरडी असल्याकारणाने या दिवसांत मेंदीचा वापर टाळणेच इष्ट कारण डोक्यावरील त्वचा आणखी शुष्क पडण्याची भीती असते. त्याशिवाय थीतील मेंदीचा वापर डोक्याला गोठवून टाकून दात थडथडायला लावू शकतो.

मेंदीचे अनेकविध फायदे आहेत. त्यापैकी काही पुढे देत आहेः

- मेंदीमुळे केसांच्या नैसर्गिक रासायनिक जणघडणीवर कुठलाही विपरीत परिणाम होत नाही; जसा की कृत्रिम रंगांमुळे होण्याची शक्यता असते. मेंदी केसाच्या प्रत्येक भागाला उत्तम प्रकारे रंगवते, त्यांना बळकटी देते, घनदाट बनवते.
- मेंदी हा एक शक्तीशाली नैसर्गिक शुद्धिकरण पदार्थ आहे. प्रत्येक वापरानंतर केस पूर्वीपेक्षा अधिक सशक्त, निरोगी, स्वच्छ, चमकदार बनत जातात आणि त्यांची देखभाल करण अधिकाधिक सोपं होत जातं. जर तुम्ही दरमहा अर्धा

तास केसांना मेंदी लावली तर त्यामुळे तुमच्या डोक्यावरील सगळा चिकटपणा, धूळ, मळ पूर्णपणे साफ होऊन जाईल. मेंदीच्या वापरामुळे कुठल्याही प्रकारची केशरचना न करता देखील केसांना एक सुरेख दाटपणा आणि डौल प्राप्त होतो.

- मेंदी डोक्याच्या त्वचेवरील अतिरिक्त तेलकटपणा शोषून घेते आणि केसांना गुंता होण्यापासून वाचवते तसेच मऊ–मुलायम बनवते.
- पातळ आणि विरळ केसांसाठी देखील मेंदी अतिशय सुरेख परिणाम घडवून आणते. मेंदीमुळे केसांच्या मुळांना संरक्षण मिळते आणि ते मजबूत, घनदाट बनतात.
- मेंदीमुळे केसांमधील वळ्या–कुरळेपणा कमी होऊ शकतो आणि केस दाट व सरळसोट बनू शकतात.
- तेलकट प्रकारच्या केसांसाठी मेंदी हे सर्वोत्कृष्ट नैसर्गिक कंडिशनर आहे.

सामान्य केसांसाठी मेंदी

ज्यांचे केस सामान्य प्रकारचे असतात त्यांच्यासाठी मेंदीचा वापर हा अद्भूत परिणामकारक ठरतो. मेंदी डोक्याच्या त्वचेवरील तेलाचे संतुलन राखून उत्तम कंडिशनरचे काम करते.

मेंदीबद्दलची सगळ्यात चांगली गोष्ट म्हणजे ती पूर्णपणे नैसर्गिक असून दही, अंड्याचा बलक आदी अन्य घटकांमध्ये उत्तमरित्या मिसळून ती केसांमध्ये वापरता येते.

तेलकट केसांसाठी मेंदी

तेलकट केसांसाठी मेंदी हे निर्विवादपणे एक उत्तम प्रसाधन आहे. या प्रकारच्या केसांशी निगडित बहुतांश समस्या दूर करण्यास मेंदी उपयुक्त ठरते.

शुष्क केसांसाठी मेंदी

जर तुमचे केस कोरडे, शुष्क असतील तर मात्र मेंदीचा वापर करताना तुम्ही थोडं जागरूक राहणं गरजेचं आहे. कारण मेंदीमुळे डोक्याच्या त्वचेतील तेल शोषलं

जाऊन केस कोरडे पडण्याचे काम होत असते. मेंदी लावल्यानंतर आपल्या केसांना नियमितपणे तेलाचा मसाज करणं आणि कंडिशनिंग करणं अत्यावश्यक ठरतं कारण त्यामुळे केस कायम निरोगी आणि सुंदर राहतील याची खात्री मिळते. मेंदीच्या लेपामध्ये थोडेसे तेल मिसळणे हे शुष्क प्रकारच्या केसांसाठी अतिशय फायदेशीर असते. तुमचे केस शुष्क असतील तर फक्त पुढील दोनच गोष्टी लक्षात ठेवाः मेंदी केसांमध्ये फार काळ ठेवू नका कारण त्यामुळे तुमचे केस सहजपणे तुटू शकतात आणि दुसरं म्हणजे मेंदीचा वरचेवर वापर करणं टाळा.असं असलं, तरी सुद्धा शुष्क केसांना मेंदीपासून एक फायदा नक्कीच मिळतो. शुष्क केस हे बहुतांश वेळा नागमोडी किंवा कुरळे असतात. मेंदीचा वापर केल्यामुळे केसांतील वळ्या, कुरळेपणा कमी होण्यात आणि केस सरळसोट बनण्यात तसेच केसांचा पोत सुधारण्यात निश्चितपणे मदत होते.

मेंदी आणि तेल

मेंदी आणि तेल यांचं मिश्रण हे अतिशय चांगलं असतं. या दोन्हींचा एकमेकांशी घनिष्ठ संबंध असल्याने जर तुम्ही केसांना मेंदी लावणार असाल तर तुम्ही केसांना तेलाचा मसाज करणं हे अगदी आवश्यकच आहे. मेंदीमुळे केसांच्या त्वचेवरील तेल शोषलं जातं आणि त्याचवेळी तेलाच्या मसाजामुळे ही उणीव भरून काढली जाऊन डोक्याच्या त्वचेवरील आर्द्रतेचा समतोल राखला जातो. केसांतील ओलावा पुन्हा कायम राखण्यासाठी मेंदी लावल्यानंतर तेलाचा मसाज करावा.

जर तुम्हाला मेंदीमुळे केसांना येणारा लाल रंग आवडत नसेल, तर तुम्ही मेंदीच्या पावडरीमध्ये थोडी वाळलेल्या आवळ्याची पूड मिसळून ते मिश्रण केसांना लावू शकता यामुळे केसांना गडद रंगछटा प्राप्त होईल.

मेंदी पाण्यात कालवल्यानंतर ती केसांना लावण्यापूर्वी ते मिश्रण काही काळ झाकून ठेवावे ही एक भ्रामक समजूत आहे. असं करणं अगदीच चुकीचं आहे, कारण मेंदीचा लेप तयार केल्यावर तिच्या पानांमधून रंग बाहेर येण्यास सुरुवात होते आणि जर तो लेप काही काळ तसाच ठेवून दिला तर तुम्हाला चांगल्या

दर्जाचं मिश्रण आणि अपेक्षित परिणाम मिळत नाही.

मेंदी ही कायम कोमट पाण्यात कालवणे हे आदर्श मानले जाते. मेंदीचा उत्तम परिणाम साधायचा असेल तर प्रत्यक्ष केसांवर लावण्या आधी काहीच मिनिटे मेंदी पावडर कोमट पाण्यात कालवून तिचा लेप तयार करणे योग्य होय.

> मेंदीमुळे केसांना येणारा शुष्कपणा भरून काढायचा असेल तर तुम्ही मेंदीच्या लेपामध्ये दही आणि मेथीच्या दाण्यांची पावडर देखील मिसळू शकता.

केसांना कायम साधी मेंदी लावा. बाजारात वेगवेगळ्या ब्रँडच्या नावांनी मिळणारी आणि विविध वनौषधींचा समावेश असल्याचा दावा करणारी मेंदी उत्पादने ही केसांसाठी चांगली नसतात. पावडरच्या स्वरुपातील मेंदी किंवा मेंदीची ताजी खुडलेली पाने ही केसांसाठी खूपच चांगली असतात, त्यांचा लेप बनवणं हे खूप सोपं जातं.

मेंदी केसांना लावताना दक्षता घेणं गरजेचं असतं. जर योग्य प्रकारे लावली गेली नाही तर त्याची परिणती केस शुष्क पडून तुटून जाण्यामध्ये होते. मेंदी फार काळ केसांमध्ये लावून ठेवू नये. केसांना मेंदी लावून झोपी जाणे शक्यतो टाळलेलेच बरे. मेंदी लावल्यानंतर कायम केस न विसरता झाकून घ्या. मेंदी डोक्यावरच वाळवण्याचा प्रयत्न अजिबात करू नका अन्यथा केस निश्चितपणे ठिसूळ बनतील. रासायनिक प्रसाधनांचा वापर केला असल्यास अशा केसांवर मेंदी लावू नका. त्यामुळे केसांचा डौल तर बिघडेलच पण ते आणखीच जास्त शुष्क बनतील.

केशसुरक्षा प्रसाधने वापरण्यासाठी टीप्सः

* कंडिशनर, मूस, मेण, रंग, रिलॅक्सिंग लोशन इत्यादी केशरचना प्रसाधने वापताना त्यांचा स्पर्श डोक्यावरील त्वचेला होणार नाही याची खबरदारी या. ही प्रसाधने केवळ केसांसाठीच बनवलेली असतात आणि डोक्याच्या त्वचेसाठी हानीकारक ठरू शकतात.

- जेव्हा गरजेचं असेल तेव्हाच ही प्रसाधने वापरा आणि केसांच्या प्रकार – परिस्थितीनुसारच वापरा.
- शुष्क आणि दुभंगलेल्या केसांना त्यांचा नैसर्गिक मुलायमपणा मिळवून देण्यासाठी हेअर सेरम प्रसाधनाचा वापर करा.
- हेअर स्प्रे खूप जास्त वेळा वापरल्यास त्यामुळे केस कोरडे आणि रखरखीत बनू शकतात.
- जर तुमचे केस खूपच पातळ असतील तर दर पंधरा दिवसांनी एकदा त्यांना मेंदी जरूर लावा. यामुळे केस दाट बनण्यास मदत होईल.
- जर तुमचे केस शुष्क आणि निस्तेज असतील, तर त्यांना रंग लावणे टाळलेलेच बरे. आधी केसांची शुष्कतेची समस्या दूर करून मगच ते रंगवण्याबाबत विचार करा.
- पावसाळ्याच्या दिवसांत विविध जेल आणि मूस यांचा वापर शक्यतो टाळावा, कारण त्यामुळे केस चिकट होतात.

८
केसांचे परिपूर्ण संरक्षण

तुम्ही म्हणाला होतात, की बिअर ही केसांसाठी चांगली असते म्हणून! मी सध्या रोज दोन बाटल्या बिअर पितोय – पण माझे केस नुसते खराबच नाही झाले तर त्यांची पार दुर्दशा झालीये!

मी एकदा परदेशात जाण्यासाठी एका आंतरराष्ट्रीय विमानातून प्रवास करत होतो. विमानातील एक हवाईसुंदरी माझ्यापाशी आली आणि तिने तक्रार केली, की विमान कंपनीमध्ये नोकरीला लागल्यापासून तिच्या केसांचा दर्जा दिवसेंदिवस खराबच होत चाललाय. तिला जगभरात कुठेही उपलब्ध असलेली सर्वोत्तम गुणवत्तेची केशसुरक्षा प्रसाधने आणि प्रक्रिया सहजप्राप्त होत्या हे वेगळं सांगायला नकोच. पण तरीही त्यापैकी काहीच तिच्या उपयोगी पडत नव्हतं. ती सातत्याने वातानुकूलीन हवेत-थंडगार वातावरणात राहत होती आणि आंतरराष्ट्रीय प्रवासांमुळे तिच्या केसांना वेगवेगळ्या प्रकारच्या हवामानाला सतत सहन करावं लागत होतं, ही तिच्या केसांच्या समस्येमागची दोन मुख्य कारणं होती. महागडी केशसुरक्षा प्रसाधने खरेदी करणं किंवा फॅन्सी उपाययोजना करून घेणं यापेक्षाही तिनं स्वतःच्या केसांची सुयोग्य पद्धतीने काळजी घेणं, त्यांना परिपूर्ण संरक्षण मिळेल याची दक्षता घेणं हेच अधिक गरजेचं असल्याचं मी तिला सांगितलं.

चांगले आणि निरोगी केस कोणाला नको असतात? थोडीशी मेहनत केली आणि थोडी अतिरिक्त दक्षता घेतली तर आपल्यापैकी प्रत्येकजण ते मिळवू शकतो. शरीराच्या इतर अवयवांप्रमाणेच केसांना देखील संरक्षणाची, देखभालीची गरज असते. केसांच्या अंतर्गत तसेच बाह्य भागांना बदलते हवामान, उष्णता, अकाली पांढरेपणा, केस गळती, कोंडा, केशरचना, विंचरणे, रासायनिक प्रक्रिया, दुंभगणे, शुष्कता, धूळ आणि अन्य कित्येक बाबींपासून सुरक्षितता देणं गरजेचं असतं. स्टाईलिंग, ग्रुमिंग आणि सर्वसाधारण केशसुरक्षा यांसाठी दर महिन्याला आपण आपल्या केसांवर एवढे पैसे खर्च करतो. तथापि, एवढा खर्च करूनही जेव्हा केस निरोगी चमकदार दिसत नाहीत आपण हताश होतो. चांगले केस हे चांगल्य आरोग्याचे निदर्शक असतात. केसांना परिपूर्ण संरक्षण देण्यामध्ये मोठे परिणाम मिळवून देणारे छोटे उपाय समाविष्ट होतात. आपल्या केसांची निगा राखणं हे अत्यंत महत्त्वपूर्ण असून त्यावर केसांचं आरोग्य अवलंबून असल्याने केशरचनेचा तो मूलभूत पायाच आहे.

शुष्कतेपासून संरक्षण

केस शुष्क असण्याची समस्या ही बहुतेक वेळा डोक्यावरील त्वचा कोरडी असल्यामुळे उद्भवते. पण काही वेळा केसांसाठी आपण वापरत असलेल्या रासायनिक घटकांमुळे किंवा अगदी विषम हवामानात आपण चुकीच्या पद्धतीने केसांना उघडे पाडल्यामुळे देखील तसे होऊ शकते. केसांची शुष्कता ही कोंडा होण्यासारख्या आणि समस्या निर्माण करणारी ठरते तसेच केसांची देखभाल करणं देखील अवघड होऊन जातं. काही सोप्या टीप्स उपयोगात आणून केसांची शुष्कता कमीत कमी करता येते:

- ऑलिव्ह तेल, मोहरीचं तेल, तीळाचं तेल यांचा आपल्या रोजच्या आहारात समावेश करा.
- डोक्यावरील त्वचेला तसेच केसांना नियमित तेलाचा मसाज करा. त्यानंतर शक्यतो कोमट पाण्यानेच केस धुवा आणि अतिशय हळूवार पद्धतीने केसांना मसाज करण्याचे तंत्र अवलंबा.
- सौम्य शांपू वापरा जेणेकरून तो केसांमधील नैसर्गिक तेल-द्रव्ये शोषून घेणार नाही.
- केस धुतल्यानंतर कंडिशनरचा वापर करणं फार गरजेचं असतं आणि ते टाळता कामा नये. खास शुष्क केसांसाठी बनवलेला कंडिशनर वापरणे हे केव्हाही इष्ट. त्यामुळे केस मऊ आणि मुलायम बनतील. तसेच, लक्षात ठेवा की कंडिशनर फक्त केसांनाच लागला पाहिजे, डोक्यावरील त्वचेला त्याचा स्पर्श होता कामा नये.
- ओले केस वाळवण्यासाठी ब्लो ड्रायरचा अजिबात वापर करू नका. केस आपोआप नैसर्गिक पद्धतीने वाळले जाणेच योग्य.
- केस दररोज धुवा. त्यामुळे केस शुष्क पडतील असा विचार अजिबात करू नका. फक्त धुतल्यानंतर न चुकता कंडिशनर वापरायचा हे लक्षात ठेवा.
- गरम केशरचना उपकरणांचा वापर करणे शक्यतो टाळावे कारण त्यामुळे केस अधिकच कोरडे पडतात आणि त्यांचे नुकसानच होते.
- महिन्यातून किमान एकदा तरी डीप कंडिशनिंग प्रक्रिया करून घ्या, ज्यामुळे केस मुलायम आणि निरोगी बनतील.

- दह्यामध्ये मेथीच्या दाण्यांची पावडर मिसळून ती पेस्ट अर्धा तास केसांना लावून ठेवल्यास केसांमधील शुष्कता कमी होण्यास मदत होते.
- सूर्यप्रकाशात बाहेर पण्यापूर्वी आपले केस स्कार्फ अथवा टोपी अथवा छत्री यांच्या सहाय्याने झाकून यायला विसरू नका.
- जेल, मेण, स्प्रे यासारखी केशरचना प्रसाधने अजिबात वापरू नका. ती नक्कीच केसांना अजून शुष्क बनवणारी असतात.

वरीलपैकी कशाचाही उपयोग झाला नाहीच तर मात्र तुमच्या केसांच्या शुष्कतेमागे काही तरी वैद्यकीय कारण असू शकते. त्यामुळे अशा परिस्थितीत तुमच्या डॉक्टरांना भेटून त्वरित त्यांचा सल्ला घेणेच इष्ट.

कोंडा होण्यापासून संरक्षण

कोंडा ही एक अत्यंत सर्वसामान्य समस्या आहे. जेव्हा डोक्यावरील मृत त्वचेचे पांढरे शुष्क कण सुटे होऊन केसांत जमा होऊ लागतात तेव्हा त्याला आपण कोंडा झाला असं म्हणतो. त्वचेचे हे कण बाहेरून सुद्धा लगेच दिसून येतात आणि बहुतेक वेळा ते आपल्या मानेवर आणि खांद्यावर पत असतात. केसांमध्ये अकून बसलेला कोंा देखील सहजपणे दिसून येतो. कोंडा होण्याची विविध कारणे आहेत. फंगल इन्फेक्शन, तेलकट त्वचा, त्वचारोग किंवा त्वचेची एखादी ॲलर्जी, चुकीच्या पद्धतीने केस विंचरणे, चुकीचा आहार, ताण-तणाव, काळजी, प्रदुषण ही त्यापैकी काही सर्वसामान्य कारणे आहेत. कोंडा स्पर्शजन्य विकार असल्याने तो आपल्याला चारचौघात ओशाळवाणं करणारा ठरतो. कोंडा झालेल्या व्यक्तीला खूप ओशाळवाणं वाटत असल्याने ती सतत फिकट रंगछटेचे कपे वापरण्याचं बंधन स्वतःवर लादून घेते कारण फिकट रंगाच्या कापावर कोयाचे पांढरे कण लपून जातात आणि सहजी दिसून येत नाहीत. जर कोंडा प्रचंड मोठ्या प्रमाणात झाला असेल तर त्याची लक्षणे डोक्यावरील त्वचा लाल होणे अथवा खूप खाज सुटणे या प्रकारांत आढळून येतात. कोंडयामुळे केस गळण्याच्या समस्येला देखील उत्तेजना मिळते. कोंडयाचे दोन प्रकार आहेतः शुष्क कोंडा आणि तेलकट कोंडा.

डॉक्टरांच्या सल्ल्याने काही खास प्रकारचे मेडिकल शांपू वापरून वैद्यकीय मदतीने कोंडयाची समस्या दूर करता येते. तथापि, कोंडा नाहीसा करण्यासाठी काही नैसर्गिक, सहजसोप्या उपाययोजना देखील उपलब्ध आहेत, त्यामध्ये पुढील बाबींचा समावेश होतोः

- आपले केस नियमितपणे स्वच्छ धुवावे.
- शुष्क कोंडा झाला असल्यास डोक्यावरील त्वचेला नियमितपणे तेलाचा मसाज करावा, यासाठी अगदी थोडेसे कोमट केलेले खोबरेल तेल किंवा ऑलिव्ह अथवा बदामाचे तेल उपयोगात आणावे. तेलकट कोंडा झाला असल्यास मात्र हा उपाय करू नये अन्यथा कोंड्याची समस्या आणखीनच वाढण्यास हातभार लागेल.
- धूळ, प्रदूषणयुक्त वातावरणामध्ये वावरताना आपले केस न विसरता झाकून यावे.
- शुष्क कोंडा असल्यास मेथीची पाने तसेच तेलकट कोंडा असल्यास कडुनिंबाची पाने यांचा लेप तयार करून तो आपल्या डोक्यावरील त्वचेला १५ मिनिटे लावून ठेवावा. केस धुतल्यानंतर ते लिंबाचा रस अथवा व्हिनेगरने स्वच्छ करावेत.
- शुष्क कोंडा झाला असल्यास आंबट दह्यावरील मलई काढून घ्यावी आणि ती डोक्यावरील त्वचेला चोळावी.
- प्रथिने आणि खनिजे यांनी युक्त असलेला चौरस आहार घ्यावा. हिरव्या पालेभाज्या, ताजी फळे आणि दुग्ध उत्पादने यांचा आहारात समावेश असलाच पाहिजे. शहाळ्याचे पाणी भरपूर प्या.
- एक महिनाभर आठवड्यातून एकदा अँटीडँड्रफ शांपूने केस धुवा आणि तरी देखील कोंडा नाहीसा झाला नाही तर मात्र तुमच्या डॉक्टरांना दाखवण्याची गरज आहे, हे लक्षात या.
- कोंडयासाठी फार दीर्घकाळ घरगुती उपाययोजनांवर अवलंबून राहू नका, तसे करणे हानीकारक ठरू शकते.

केस गळणे, केस तुटणे यांपासून संरक्षण

केस गळणे ही एक नैसर्गिक प्रक्रिया आहे. केसांचे सुमारे १०० धागे-तंतू दररोज गळून पडत असतात. जर हे प्रमाण १०० पेक्षा जास्त असेल तर मात्र ती काळजी करण्याजोगी बाब आहे.

टक्कल पडणे हे पुरुष आणि महिला दोन्हींमध्ये अगदी सारखेच असते. तथापि, महिलांच्या तुलनेत पुरुषांना टक्कल पडण्याचा वेग हा अधिक/जास्त असतो. प्रथिने, खनिजे, व्हिटामिन्स यांचे आहारातील अपुरे प्रमाण, वाढते वय, प्रदूषण, ताणतणाव, अपूरी झोप, अनुवंशिकता, संप्रेरकांचा असमतोल आणि कर्करोगासारख्या काही आजारांमध्ये दीर्घकाळ घेतलेली औषधे.. अशी विविध कारणे त्यामागे असतात. खाली दिलेल्या काही अगदी साध्यासोप्या टीप्स वापरून आपण केस गळतीच्या समस्येला थोपवू शकतोः

- प्रथिने, खनिजे, व्हिटामिन्स युक्त असा पुरेसा चौरस आहार यावा. रोजच्या आहारामध्ये हिरव्या पालेभाज्या, ताजी फळे, दुग्ध पदार्थ, अंडी, मासे यांचा समावेश असणे केव्हाही उत्तमच.
- भरपूर प्रमाणात पाणी तसेच शहाळ्याचे पाणी पिण्याने शरीरातील तसेच केसांतील जल-समतोल साधला जात असल्याने ते देखील फायद्याचे ठरते.
- खोबरेल तेल कोमट करून त्याने केसांना नियमित तेल मसाज करावा.
- शांपूने केस धुतल्यानंतर न विसरता कंडिशनिंग करणे फार महत्त्वाचे ठरते.
- कृत्रिम वासाच्या तेलाऐवजी नेहमी नैसर्गिक तेलांचा उपयोग करावा.
- योगासने, ध्यानधारणा यांचा समावेश असलेला पुरेसा व्यायाम दररोज करावा. शीर्षासनासारखी काही योगासने ही डोक्यामधील रक्ताभिसरण सुधारण्यासाठी फार उपयुक्त असतात.
- मोठ्या विरळ दातांचा कंगवा किंवा ब्रश वापरून केस विंचरा त्यामुळे केस तुटण्याचे प्रमाण रोखले जाते.
- स्ट्रेटनिंग रॉड तसेच रोलर या सारखी गरम केशरचना उपकरणे किंवा हेअर ड्रायर यांचा वापर करणे टाळावे.
- हेअर कलर, स्ट्रेटनिंग एजंट्स, रिलॅक्सर या सारख्या काही रासायनिक

प्रसाधनांचा उपयोग केसांवर करायचा असल्यास तो नेहमी केशसुरक्षा क्षेत्रातील व्यावसायिक तज्ञ व्यक्तीच्या देखरेखीखालीच करावा.

सूर्यप्रकाशापासून संरक्षण

त्वचेला आरोग्य आणि चैतन्य मिळवून देण्यासाठी सूर्यप्रकाश हा एक सर्वोत्तम नैसर्गिक स्त्रोत मानला जात असला तरी देखील त्याचा खूप जास्त संपर्क हानीकारक ठरू शकतो. केसांना जर सतत खूप जास्त सूर्यप्रकाश मिळाला तर त्यामधून ऑक्सीजन तयार होऊन केस विरळ, तकलादू बनू शकतात आणि ते चटकन शुष्क पडू शकतात, तुटू शकतात तसेच रखरखीत होऊ शकतात. केसांना रंग लावला असल्यास खूप साऱ्या सूर्यप्रकाशामुळे तो खराब होण्याची शक्यता बळावते. अतिनील किरणांच्या संपर्कामुळे आणि त्यायोगे होणाऱ्या दुष्परिणामांमुळे केसांची हानी होऊ शकते. सूर्यप्रकाशामुळे उद्भवणाऱ्या केसांवर दुहेरी पद्धतीची उपाययोजना करावी लागते. एक म्हणजे केसांना प्रत्यक्ष झाकून संरक्षण पुरविणे आणि दुसरे म्हणजे उद्भवलेल्या समस्येचे निराकरण करणे. पुढे दिलेल्या काही साध्यासोप्या टीप्सचा अवलंब अवश्य कराः

- बाहेर पडताना नेहमी स्कार्फ, टोपी अथवा छत्रीच्या सहाय्याने डोकं झाकून घ्या. फार जास्त काळ थेट सूर्यप्रकाशात उघड्या डोक्याने वावरू नका.
- खोबरेल तेलाने डोक्याला मसाज करा आणि केसांना स्टीम टॉवेलने झाकून टाका.
- सूर्यप्रकाशात बाहेर जाण्याआधी लिव्ह–इन कंडिशनरचा वापर करा. त्यामुळे सूर्यप्रकाशातील हानीकारक किरणांपासून केसांना एक सुरक्षा कवच प्राप्त होते.

लोह खनिजाचा भरपूर समावेश असलेल्या पदार्थांचे सेवन करा कारण लोह खनिजामुळे केसांमधील गडद रंगद्रव्याला तयार करणाऱ्या घटकांना पोषण मिळत असते. केळी, विविध प्रकारच्या उसळी, शेंगदाणे यांचा यात समावेश होतो.

उष्णतेपासून संरक्षण

उष्णतेच्या खूप जास्त संपर्कात आल्यास केसांना मोठी हानी पोचण्याचा संभव असतो. सतत उष्णतेच्या संपर्कात राहिल्याने केस दुर्बल बनतात. सूर्यप्रकाश, ब्लो ड्रायर, कर्लिंग किंवा आयर्निंग किंवा स्ट्रेटनिंग करण्याचे रॉड्स हे केसांना सतत उष्णतेच्या संपर्कात आणून हानी पोचविणारे स्त्रोत आहेत. उष्णतेपासून केसांचे संरक्षण करण्यासाठी पुढील साध्यासोप्या टीप्सचा उपयोग कराः

- केशरचना उपकरणांचा वापर काळजीपूर्वक करा. खूप उच्च तापमानाला गरम करून ती वापरू नका. केशरचना करण्यापूर्वी कायम केसांवर लिव्ह-इन कंडिशनरचे सुरक्षा कवच लावायला विसरू नका.
- केसांच्या प्रकारानुसार तुमची केशरचना उपकरणे कमी-अधिक प्रमाणात गरम करा. जर तुमचे केस पातळ असतील तर अर्थातच् उपकरण कमीत कमी गरम ठेवा.
- केस ओले असताना केशरचना उपकरणे वापरू नका. तसे केल्यास केसांना अगदी ताबडतोब हानी पोचू शकते.
- उच्च तापमानाच्या उपकरणांऐवजी रॅप्स, ट्विस्ट, रोलर सेट या सारखी थोडी सौम्य उपकरणे वापरा.
- सिरॅमिक प्लेटची आयर्न वापरा. कारण सिरॅमिक हा चटकन गरम आणि तेवढ्याच पटकन थंड होणारा घटक आहे. त्यामुळे तपमान नियंत्रण अधिक चांगल्या प्रकारे करता येते.
- केशसुरक्षा प्रसाधने किंवा कंडिशनर सगळ्या केसभर समान पद्धतीने लागू व्हावे यासाठी मोठ्या विरळ दातांचा कंगवा किंवा ब्रश उपयोगात आणा.
- आठवड्यातून एकदा तरी डीप कंडिशनिंगची प्रक्रिया जरूर करून घ्या.
- नियमिपणे केस कापून घ्या. कारण कटिंग केल्यामुळे केसांमधील शुष्क आणि तुटलेली टोके नाहीशी होऊन केसांना निरोगी लूक प्राप्त होत असतो.
- आपल्या आहारात ओमेगा घटकद्रव्य मिळवून देणाऱ्या पदार्थांचा समावेश करा. त्यामुळे तुमचे केस मुलायम होतील आणि त्यांना एक सुरेख चमक देखील प्राप्त होईल.

धुळीपासून संरक्षण

धूळ ही केसांसाठी अतिशय हानीकारक असते. ती डोक्यावरील त्वचेवर साठून बसते आणि केसांच्या मुळांना दुर्बल बनवते, ज्याची परिणती केस गळण्यामध्ये होते. केसांत धूळ साठत राहिल्याने त्याची निष्पत्ती कालांतराने कोंडा होणे, त्वचा लाल होणे आणि खाज सुटणे यामध्ये होते. धुळीपासून केसांना संरक्षण मिळवून देण्यासाठी पुढील टीप्स उपयोगात आणाः

- केस नियमितपणे धुवा; केसांचे धुळीपासून संरक्षण करण्याचा हा सर्वांत सहज–सोपा उपाय आहे.
- केसांना तेल चोपून कुठेही बाहेर फिरायला जाऊ नका. तसे केल्यास धूळ चिकटून बसते आणि केसांची मुळे खराब होतात.
- बाहेर फिरायला जाताना न विसरता स्कार्फ अथवा टोपी यांच्या सहाय्याने केस झाकून घ्या.
- नियमित धुतल्यामुळे केस कोरडे पडतात त्यामुळे केस धुतल्यानंतर न विसरता कंडिशनिंग करून घ्या.
- घाणेरडा, अस्वच्छ कंगवा किंवा ब्रश कधीही वापरू नका.

तेलकट त्वचेपासून केसांचे संरक्षण

त्वचेतील बीजकोशात असलेल्या ग्रंथींमधून मोठ्या प्रमाणात पाझरणाऱ्या स्त्रावामुळे डोक्यावरील त्वचा तेलकट होत असते. संप्रेरकांचे असंतुलन आणि केशसुरक्षा प्रसाधनांचा अतिरेकी वापर यामुळे देखील तेलकट त्वचेची समस्या उधभवते. तेलकट त्वचेच्या हानीकारक परिणामांपासून मुक्तता मिळावी यासाठी पुढील काही सोप्या टीप्स उपयोगात आणाः

- केसांना तेलाचा मसाज करण्याचे प्रमाण कमीत कमी ठेवा.
- केसांना तेल लावल्यास ते एक किंवा दोन तासांपेक्षा जास्त तसेच ठेवू नका.
- तेलाचा मसाज केल्यानंतर अतिशय काटेकोरपणे केस स्वच्छ धुवा.
- तेलकट केसांसाठी खास बनविलेले शांपू, कंडिशनर आणि इतर प्रसाधने वापरा.

- केसांना मेंदी लावा. त्यामुळे केसांमधील अतिरिक्त तेल शोषून घेतले जाईल.
- केशरचना उपकरणांचा वापर करणे टाळा.
- मूस पेक्षा स्प्रे आणि जेलचा वापर करा.
- दिवसभर सारखं केसांतून कंगवा किंवा हात फिरवणे टाळा. तसे केल्यास डोक्याच्या त्वचेवरील तेल केसांत सर्वत्र पसरले जाते.
- तेलकट पदार्थांचे आहारातील प्रमाण कमी करा.
- जर तुम्हाला सारखे केस धुवायची गरज भासत असेल तर शक्यतो केसांचा छोटा–आटोपशीर हेअर कट ठेवण्याकडे भर द्या.
- केसांना पर्मिंग करून घेतल्यामुळे डोक्याच्या त्वचेवरील तेल केसांमध्ये पसरणे रोखले जाते, त्यामुळे तसे करणे इष्ट ठरते.
- कंडिशनिंग केल्यानंतर लिंबाचा रस किंवा व्हिनेगरचा वापर करा.
- डोक्यावरील त्वचेला चंदनाची पावडर चोळल्याने देखील फायदा मिळतो.

संरक्षणात्मक केशरचना

केसांचे आरोग्य हे नेहमी केस उगवणे आणि टिकणे याच्याशी निगडित असते. यापैकी पहिला भाग हा डोक्यावर तयार होणाऱ्या नवीन केसांची देखभाल करण्याशी तर दुसरा भाग वाढलेल्या केसांची व्यवस्थित निगा राखण्याशी संबंधित आहे. एकदा केस बाहेरच्या वातावरणाच्या संपर्कात आले, की त्याद्वारे उद्भवणाऱ्या सर्व कठीण समस्या, अडचणींशी त्यांना सामना करावाच लागतो. आपली बहुतेक सारी धडपड, सारं लक्ष हे केस उगवण्याकडेच लागलेलं असतं आणि केस टिकवून ठेवण्याच्या दुसऱ्या महत्त्वाच्या भागाकडे आपलं नकळत दुर्लक्ष होत असतं. लक्षात घ्या, की एकदा केस उगवल्यानंतर त्यांची कायम नीट देखभाल करत राहणं ही एक अत्यंत महत्त्वाची बाब आहे. अखेर, अधिकाधिक घनदाट आणि निरोगी केस प्राप्त करणं हेच तर आपलं ध्येय असतं ना! केसांच्या लांबीचा त्यांच्या आरोग्याशी काहीही संबंध नसतो, हे ध्यानात ठेवा. उदाहरणार्थ, तुमचे केस खूप लांबसडक आहेत याचा अर्थ ते निरोगी असतीलच असं अजिबात नाही.

एकदा केसांची वाढ झाली की मग त्यांच्या दैनंदिन अडीअचणी सुरू होतात ज्याचा

परिणाम कधीकधी केसांची टोके दुंभगण्यात होतो आणि तसे झाले तर त्याचा उलट परिणाम केसांच्या मुळांपर्यंत पोचून केस पातळ आणि दुबळे बनून गळण्यास सुरवात होते. संरक्षणात्मक केशरचनेमध्ये केसांची रचना सुयोग्य पद्धतीने करण्याचा समावेश होतो, अशा प्रकारे की ज्यामध्ये केसांची मुळे वर दिसून येणार नाहीत किंवा फार अल्प प्रमाणात उघडी पडतील. अशा प्रकारच्या रचनेमध्ये बन्स, फ्रेंच रोल्स, पोनी टेल्स, टक् स्टाईल, ब्रेड्स, ट्विस्ट आऊट आदी विविध केशरचनांचा समावेश होतो. ज्या महिलांनी संरक्षणात्मक केशरचना पद्धतीचा अवलंब केला त्यांच्यामध्ये अत्यंत स्पृहणीय बदल घडून आलेले आम्ही पाहिले आहेत ; त्यांचे केस अक्षरशः सुरेख वाढले.

झोपताना घ्यावयाची काळजी

प्रत्येकाला आपली आवडती शांत झोप हवीच असते. त्यामुळे आपल्याला ताजेतवाने वाटते आणि आपल्या शरीरक्रियांचे चलनवलन व्यवस्थित व्हावे यासाठी देखील ती आवश्यक असते. आपले केस कसे राखले जातात आणि कसे दिसतात यावर देखील आपल्या झोपेचा प्रभाव असतो. तथापि, आपल्यापैकी बहुसंख्य लोक झोपेच्या वेळेस केसांच्या देखभालीकडे साफ दुर्लक्ष करताना आढळून येतात आणि त्यामुळे झोपून उठल्यानंतर केस विस्कटलेले, गुंता झालेले आणि वेडेवाकडे दिसतात. झोपी जाण्याआधी काही अगदी सोप्या टीप्स उपयोगात आणल्या तर झोपून उठल्यानंतर आपल्या केसांचं उत्तम नियोजन करणं आपल्याला सहजशक्य होतं:

- केसांना नियमितपणे कंडिशनिंग करा. त्यामुळे केस मुलायम होतात आणि त्यांचा सहजासहजी गुंता होत नाही.
- दिवसभरात केसांत झालेल्या जटा नाहीश्या करण्यासाठी झोपण्यापूर्वी एकदा केस अवश्य विंचरावेत.
- जर तुमचे केस लांबसकड असतील, तर झोपायला जाताना त्यांचा सैलसर अंबाडा बांधावा अथवा मऊ जाळीच्या बनमध्ये ते बांधून ठेवावे जेणेकरून त्यामध्ये जटा होणार नाहीत.

- केस ओले असताना कधीही झोपी जाऊ नका.
- केसांना मेंदी लावलेली असताना कधीही झोपी जाऊ नका.
- झोपायला जाताना केसांना घट्ट रबर बँड्स, क्लिप्स किंवा रिबिनी आवळून बांधू नका; त्यामुळे केस तुटण्याचा संभव असतो.

केस अकाली पांढरे होण्यापासून संरक्षण

केस पांढरे होणे ही एक नैसर्गिक प्रक्रिया असून वाढत्या वयानुसार केसांमधील रंगद्रव्याचे प्रमाण कमी होत जात असल्याने केस पांढरे पडतात. पण जर अगदी लहान वयामध्येच केस पांढरे व्हायला सुरवात होत असेल तर ती निश्चितच काळजी घेण्याजोगी बाब आहे. अशा परिस्थितीत बहुसंख्य स्त्री-पुरुषांना फार ओशाळवाणं वाटतं आणि ते आपला आत्मविश्वास देखील गमावून बसतात. त्यामुळे आपले केस शक्य तितके नैसर्गिक दिसावेत यासाठी हे लोक अनेकविध अंतर्गत आणि बाह्य प्रसाधने, उपचारपद्धतींचा अगदी भडिमार करतात.

मानसिक ताण-तणाव, आहारामध्ये लोह, खनिजं, प्रथिनं, आयोडिन, व्हिटॅमिन आदींचा पुरेसा समावेश नसणे, अनुवांशिकता, सतत प्रखर उष्णतेचा संपर्क, सूर्यप्रकाश, धूळ इत्यादी विविध कारणांमुळे केस पांढरे पडत असतात. त्याखेरीज व्यावसायिक शांपू आणि कृत्रिम वासाचे तेल तसेच केसांचे रंग आणि डाय यांचा दीर्घकाळ वापर केल्याने देखील केस लवकर पांढरे पडायला सुरवात होते.

काही अगदीच सोप्या टीप्स वापरून आपण अकाली केस पांढरे पडणे रोखू शकतो:

- आपला आहार हा कायम चौरस व समतोल असावा; त्यामध्ये आवश्यक प्रथिने, खनिजे, लोह, आयोडिन आणि व्हिटॅमिन बी यांचा पुरेसा समावेश असावा. तसेच हिरव्या पालेभाज्या, केळी, गाजर आदींचे भरपूर सेवन करावे.
- उष्णता, प्रखर सूर्यप्रकाश, धूळ, प्रदूषण इत्यादींपासून केसांना संरक्षण पुरवावे.
- शक्य तेवढा आवळा खावा. आख्खा किंवा ज्यूस करून कसाही सेवन केला तरी उत्तम.
- मेंदी सारख्या नैसर्गिक डायचा वापर करावा.
- केसांवर खूप जास्त प्रमाणात रासायनिक प्रसाधनांचा उपयोग टाळावा.

९

सुरेख केसांसाठी निरोगी जीवनशैली

मी त्याला म्हणालो होतो, की तू भरपूर झोपलास तर केस चांगले होतील! आता कळलं आपल्याला त्याच्या सुरेख घनदाट केसांचं रहस्य!

निरोगी आणि सुरेख केसांसाठी निरामय जीवनशैली अत्यंत महत्त्वाची ठरते; आणि ती प्राप्त करण्यासाठी तुम्हाला पुरेसे प्रयत्न करावे लागतात आणि वेळही द्यावा लागतो. महागडी प्रसाधने वापरून किंवा तासन्तास सलूनमध्ये बसून किंवा विविध प्रकारच्या उपचारपद्धतींचा अवलंब करून तुम्हाला कधीही चांगले केस प्राप्त होणार नाहीत हे अवश्य लक्षात ठेवा. तुमचे शारीरिक आरोग्य हा तुमच्या निरोगी आणि सुंदर केसांचा गाभा आहे. चांगले दिसणारे निरोगी केस हवे असतील तर तुमचे शरीर आणि मन दोन्ही आतमधून सशक्त असायला हवे. त्यासाठी आपल्या जीवनशैलीत बदल करणे आणि अधिकाधिक निरामय पद्धतीने जीवन जगणे यांचा अवलंब करायला हवा. उत्तम आहार, व्यायाम आणि पुरेशी झोप ही निरोगी शरीर आणि निरोगी केस या दोन्हींसाठीची त्रिसूत्री आहे. तुमचे केस एका दिवसात सुंदर दिसू लागावे यासाठी काहीही करता येत नाही. त्यासाठी एक संथ पण कायस्वरूपी प्रक्रिया आहे आणि त्यामुळे आपल्याला कधीही नुकसान पोचत नाही. तेव्हा जर तुम्हाला आपले केस निरोगी असावेत असं वाटत असेल तर निरोगी-निरामय जीवनशैलीचा आधी अंगीकार करा. तुम्हाला काय हवं ते करा पण कधीही स्वतःच्या शरीराची हेळसांड करू नका. खाणं, झोपणं, व्यायाम, काम सारं काही एका निरामय आरोग्यदायी पद्धतीनं व्हायला हवं. सगळ्या गोष्टींचा समतोल राखा आणि तो निश्चितपणे तुमच्या केसांमध्ये देखील दिसून येईलच!

आता आपण निरामय जीवनशैलीच्या काही अविभाज्य घटकांचा मागोवा घेणार आहोत. त्यांचा अंगीकार करा आणि तुम्ही आपोआप उत्तम आरोग्य आणि सुरेख केस मिळविण्याच्या मार्गावर चालू पडाल.

आहार

आपण जे खातो, तसे केस मिळवतो.

माझ्या देशभरातील विविध सलून्समध्ये नियमितपणे येणाऱ्या कित्येक युवा ग्राहकांशी मी सातत्याने सल्लामसलत करत असतो. बहुतेकवेळा हे युवक नुकतीच शालांत परीक्षा उत्तीर्ण झालेले असून लवकरच महाविद्यालयीन जीवनात प्रवेश

करणार असतात. त्यांचे केस अतिशय वैविध्यपूर्ण रचना केलेले आणि कट्स दिलेले वगैरे असतात. पण माझ्या असं लक्षात आलं आहे, की या युवकांच्या केसांची गुणवत्ता ही मध्यमवयीन लोकांच्या किंवा फार काय तर वृद्ध लोकांच्या केसांच्या गुणवत्तेच्या तुलनेत अतिशयच कमी असते. ही युवा मंडळी सतत आपल्या केसांबाबत काही ना काही समस्यांनी ग्रस्त असतात. जेव्हा या तक्रारी ऐकतो, तेव्हा मला लगेच लक्षात येतं की त्यांना भेडसावणारी समस्या ही केसांमुळे नसून त्यांच्या आहाराच्या सवयींमुळे निर्माण झालेली आहे. आजकालची युवा पिढी ही प्रामुख्याने जंक फूड आणि सोडा यांच्या सेवनाला प्राधान्य देणारी, कमी पाणी पिणारी अशी असल्याने त्याचे विपरित परिणाम त्यांच्या केसांवर होताना दिसून येतात. मला केशतज्ञाच्या भूमिकेतून त्यांची चांगली केशरचना करून देण्यापेक्षाही एखाद्या आहारतज्ञाच्या भूमिकेतून त्यांना समजावून सांगावं लागतं, की कशाप्रकारे त्यांनी पोषक आहार घ्यायची आवश्यकता आहे.

तुमचे केस पाहून मी तुमचं शारीरिक आरोग्य कसं असेल याबाबत ठामपणे वक्तव्य करू शकतो. निरोगी केस हे कायमच निरोगी शरीराचे द्योतक असतात. तुम्ही पुरेसा पोषक आहार घेत नाही आणि पुरेसा व्यायाम करत नाही तोवर तुम्हाला चांगले निरोगी केस कधीही प्राप्त होऊ शकणार नाहीत.

सुंदर आणि निरोगी केस मिळवणं हे आपल्या प्रत्येकाचं स्वप्नं असतं. निरोगी केस प्राप्त करण्यासाठी आपल्या आहाराकडे व्यवस्थित लक्ष पुरविणे अतिशय महत्त्वाचे आहे. आपल्या आहाराचा आपल्या केसांच्या वाढीवर थेट परिणाम होत असतो, त्यामुळे आपल्या शरीराला आवश्यक पोषणद्रव्यांनी युक्त असे चांगले सकस, पोषक अन्न सेवन करणे याला पर्याय नाही.

व्यायाम केल्याने रक्ताभिसरण सुधारते ज्यामुळे शरीराच्या प्रत्येक भागाला प्राणवायू आणि पोषक द्रव्यांच्या पुरेसा पुरवठा होतो. त्यामुळे दररोज सकाळी आणि संध्याकाळी अवश्य पायी फिरायला बाहेर पडा आणि नियमितपणे व्यायाम देखील करा. रात्रीची झोप ही किमान सहा ते आठ तासांची असेल याची दक्षता या

आणि मग बघा, त्याचा तुमच्या केसांवर कसा जादूई परिणाम दिसून येतो ते! आहार आणि व्यायामामुळे शरीराला आराम मिळतो आणि पर्यायाने आपल्या डोक्याला शांतता लाभून तेथील चलनवलन सुधारते. या सगळ्याचा परिणाम म्हणून आपल्याला निश्चितपणे सुंदर आणि निरोगी केस प्राप्त होतात. तुम्ही जर निरोगी जीवनशैलीचा अंगीकार कराल तर तुम्हाला तितकेच निरोगी केस बहाल झालेच म्हणून समजा.

निरोगी केस प्राप्त व्हावे यासाठी काही मूलभूत गरजा पार पाणे आवश्यक ठरते:

- प्रोटीन्स, फॅट्स आणि कार्बोहायड्रेट्स यांचा पुरेसा समावेश असलेला चौरस आणि समतोल आहार दररोज या.
- शरीराला आवश्यक फायबर मिळावे यासाठी भरपूर सॅलड्स आणि फळांचे सेवन करा.
- ताज्या फळांच्या आणि भाज्यांच्या रसाचे नियमित सेवन करा.
- आपल्या आहारात सुकामेव्याचाही अवश्य समावेश असू द्या.
- आपल्या दोन भोजनांच्या दरम्यान खूप जास्त अंतर नसेल याची दक्षता घ्या. दर दोन तासांनी थोडं थोडं काहीतरी खात राहा.
- आपलं दैनंदिन भोजन कधीही चुकवू नका किंवा उपवास वगैरे करू नका; तुमच्या शरीरासाठी ते खूप हानीकारक असते.
- प्रक्रिया केलेले पदार्थ तसेच जंक फूड खाणं शक्यतो पूर्णपणे टाळा, त्यापासून शरीराला कसलेही पोषण मिळत नाही.
- आपला आहार समतोलच असायला हवा हे लक्षात ठेवा. सगळं खा. एका विशिष्ट प्रकारच्या आहारावर विसंबून राहू नका.
- मोसमानुसार मिळणारी व स्थानिक फळे आणि भाज्या अवश्य खा. बिगरमोसमी आणि उगाच आकर्षक दिसणारी महाग फळे व भाज्या अजिबात खाऊ नका.
- भरपूर पाणी प्या, त्यामुळे शरीरातील विषारी द्रव्ये बाहेर पडण्यास मदत होईल.

आवश्यक पोषक द्रव्ये

प्रोटीन्स (प्रथिने)

प्रथिनेयुक्त आहार निरोगी केसांसाठी अतिशय महत्त्वाचा असतो. सागरी जीव, मासे, सोयाबीन, अंडी, चीज, सुकामेवा, डाळी आणि दूध यांचे सेवन हे प्रथिने मिळविण्याचे उत्तम स्त्रोत आहेत. प्रथिनांच्या अभावामुळे केसांच्या रंगद्रव्यावर विपरित परिणाम होतो.

व्हिटॅमिन ए

व्हिटॅमिन ए मुळे केस चमकदार बनतात आणि जर तुम्ही त्याचे पुरेशा प्रमाणात सेवन करत नसाल, तर तुमचे केस निश्चितपणे शुष्क आणि निस्तेज बनतात.

व्हिटॅमिन ए चा समावेश असलेला चौरस आहार अतिशय महत्त्वपूर्ण असतो. मासे, यकृत, हिरव्या मिरच्या, मुळा, भोपळा, गाजर हे व्हिटॅमिन ए मिळविण्याचे प्रमुख स्त्रोत आहेत.

व्हिटॅमिन बी आणि व्हिटॅमिन सी

व्हिटॅमिन बी आणि व्हिटॅमिन सी यांच्यामुळे केस मुलायम, जाड आणि सहजगत्या देखभाल करण्याजोगे बनतात. तृणधान्ये, डाळी, यीस्ट, दूध, संत्री, लिंबू, रासबेरी, पेरू हे व्हिटॅमिन बी आणि व्हिटॅमिन सी मिळविण्याचे उत्तम स्त्रोत आहेत.

लोह (आयर्न)

आहारातील लोह केसांना सशक्त बनवते आणि त्यांच्या वाढीस सहाय्य करते. जर आपल्या आहारात लोहाचे प्रमाण कमी असेल तर केस तुटण्यास सुरुवात होते आणि त्यांची टोके दुभंगण्याची समस्या उद्‌भवते. लोहाचा अभाव केसगळतीस देखील कारणीभूत ठरतो. धान्ये, पालक, केळी, कोबी, गाजर हे लोह मिळविण्याचा उत्तम स्त्रोत आहेत.

जस्त (झिंक)

आहारातील जस्त हे त्वचा आणि केसांसाठी खूप चांगले असते. जस्ताच्या कमतरतेमुळे केस रखरखीत होतात आणि गळण्यास प्रारंभ होतो. धान्ये, मासे, सफरचंद, गव्हाचे पदार्थ हे जस्त मिळविण्याचे उत्तम स्त्रोत आहेत.

कठोर पथ्ये (क्रॅश डाएट्स)

आहाराची कठोर पथ्ये ही केसांच्या गुणवत्तेसाठी खूप हानीकारक असून दीर्घकाळ अशी पथ्ये पाळल्यास अगदी उत्तम निरोगी केसांवर देखील त्यांचा विपरित परिणाम होतो. कठोर पथ्यांमुळे केसांच्या वाढीचा वेग मंदावतो तसेच केसांना मोठ्या प्रमाणावर हानी पोचते. आपण जे खातो तसे घडतो, त्यामुळे जर आपण पोषक आणि चौरस आहार घेतला तर त्याचे चांगले परिणाम तुमच्या केसांवरती देखील दिसून येतातच. आपल्याला जेवढं जास्त शक्य असेल तेवढं प्रक्रिया केलेले पदार्थ तसेच जंक फूड जसे की बर्गर, प्रक्रिया केलेले चीज, चिप्स, तळलेले स्नॅक्स पदार्थ, लोणची, सोडायुक्त पेये, तिखट पदार्थ, अल्कोहोल यांचे सेवन करणे टाळावे. याखेरीज च्युईंग गम, तंबाखू , चहा आणि कॉफी यांचा देखील केसांवरती वाईट परिणाम होत असतो. या सगळ्या गोष्टींचे सेवन केल्याने त्याचा शरीराच्या आरोग्यावर थेट विपरित परिणाम होतो आणि त्याची परिणती केसांची गुणवत्ता बिघडण्यामध्ये देखील होते. तेव्हा समतोल आहार सेवन करणे हे अत्यावश्यक ठरते. लक्षात ठेवा, जर तुमचे केस आतून निरोगी– सशक्त असतील तरच बाह्य केशरचना आणि महागड्या उपाययोजनांचा त्यांच्यावर सकारात्मक परिणाम होईल. अन्यथा, कितीही आणि कसल्याही प्रकारच्या उपाययोजनांमुळे तुम्हाला अपेक्षित असलेला परिणाम कधीही साधला जाणार नाही.

व्यायाम

नियमित व्यायाम हा निरोगी आणि सक्षम शरीरासाठी अत्यावश्यक असतो. तुम्ही कितीही उत्तम प्रकारचे आहाराचे पथ्य पाळत असाल, पण जर नियमितपणे पुरेसा व्यायाम करत नसाल तर त्या पथ्य पाळण्याचा काहीही फायदा होणार नाही आणि तुम्ही कधीच सक्षम बनू शकणार नाही. व्यायामासाठी तुम्ही एखाद्या जिममध्येच

जायला पाहिजे असे नाही. फक्त आपले आपण व्यायामाचे एक नियमीत सत्र आखून त्याचे पालन करणे हे महत्त्वाचे.

तुम्हाला ज्यामधून आनंद मिळतो, असा व्यायामप्रकार निवडा. चालणे, पोहणे, नृत्य, सायकल चालवणे, योगा यापैकी काहीही जे आवडेल ते निवडा. सकाळी आणि संध्याकाळी पायी फिरायला जाणे हा एक अगदी सोपा आणि मूलभूत व्यायामप्रकार असून तो शरीरासाठी अतिशय उत्तम ठरतो. जर तुमच्याकडे इतर व्यायामप्रकारांसाठी पुरेसा वेळ उपलब्ध नसेल तर तुम्ही फिरायला जाण्याचा अवश्य अंगीकार करू शकता. आपल्या शरीररचनेनुसार घरच्या घरी काही हलके व्यायामप्रकारही करता येतात. योगासने ही शरीरासाठी अत्यंत उत्तम असतात. परंतु आपण प्रथम एखाद्या तज्ञ व्यक्तीच्या मार्गदर्शनाखाली योगासने शिकून घेणे आणि ती नीट करता येऊ लागली की मगच घरी आपली आपण करणे योग्य होय. योगासनांमुळे शरीर आतून सक्षम आणि निरोगी बनते. ध्यानधारणेचा देखील अवलंब करून पाहा. आपल्या मनाच्या आरोग्यासाठी ते खूप उपयुक्त ठरते आणि जर मन शांत-निरोगी असेल तर निश्चितपणे आपले शरीर आणि पर्यायाने केस देखील उत्तम निरोगी बनतील यात शंका नाही.

कुठल्याही प्रकारच्या व्यायामाचा अतिरेक टाळा; अति व्यायामापायी स्नायूंना दुखापत करून घेण्याची आणि शरीराला हानी पोचविण्याची आपली इच्छा नाही. आपल्या शरीराला चपळ आणि मनाला ताजेतवाने बनवेल एवढ्या माफक प्रमाणातील व्यायामाची आपल्याला गरज असते. लक्षात ठेवा, व्यायामामुळे रक्ताभिसरण सुधारते. यामुळे केसांच्या बीजकोशांना आवश्यक तेवढा प्राणवायू आणि पोषणद्रव्ये प्राप्त होतात.

झोप

पुरेशी आणि शांत झोप मनाला तजेला देते, संपूर्ण शरीरयंत्रणेला उभारी देते आणि प्रत्येक दिवस नव्या जोमाने सुरू करण्यासाठी आपल्याला बळ देते.

झोप हा निरोगी जीवनशैलीतील एक महत्त्वाचा घटक आहे. जर तुम्हाला झोप मिळणं ही कठीण बाब वाटत असेल, तर ती सुधारण्यासाठी पुढील काही मुद्यांचा अवलंब करा:

- तुमच्या पलंगावर चांगली सुयोग्य अशी गादी आहे याची खात्री करा. गादी खूप मऊ किंवा फार टणक असता कामा नये. आपल्या पाठीला व्यवस्थित आधार मिळवून देणारी अशी दणकट गादी पलंगावर असावी.
- झोपायला जाण्यापूर्वी न चुकता आपला फोन, टी.व्ही. आणि अन्य विद्युत उपकरणे बंद करून टाका.
- आपल्या कामाचं नियोजन अशा प्रकारे नीट करा की दिवसभरात ते आटोपेल आणि तुम्हाला मध्यरात्रीपर्यंत जागे राहून ते पूर्ण करावे लागणार नाही.
- दिवसा / दुपारी घेतलेल्या झोपेमुळे तेवढा परिणाम मिळत नाही जो रात्रीच्या झोपेतून प्राप्त होतो.
- लवकर झोपी जा आणि लवकर उठा, यामुळे मनाला खूप चांगल्या प्रकारे शांतता लाभते.
- झोपण्यापूर्वी गरम दूध प्या, चांगली झोप येण्यासाठी त्याचा निश्चित उपयोग होतो.
- रात्रीच्या भोजनात पोट फार जड करणारे पदार्थ नसावेत.
- रात्रीचं जेवण आणि झोप यांमध्ये किमान दोन तासांचे अंतर असावे.

कार्यपद्धती

माहिती-तंत्रज्ञान (आयटी) क्षेत्रात काम करणाऱ्या माझ्या बहुसंख्य ग्राहकांना केसांच्या समस्येने ग्रासलेलं आहे. त्यांची बहुतांश बैठी कार्यपद्धती, खाण्या-पिण्याच्या अनियमित सवयी यांमुळे त्यांना प्रचंड मोठ्या प्रमाणात केसांच्या समस्या भेडसावतात.

मी त्यांना सगळ्यात पहिली कोणती गोष्ट सांगत असेन तर, ती म्हणजे निरोगी जीवनशैलीचा अंगीकार करा! त्यांना सर्वाधिक कशाची गरज असेल तर ती म्हणजे आपल्या जीवनशैलीमध्ये सुधारणा घडवून आणण्याची. आपण आयुष्यभर

फक्त काम करणं आणि पैसा कमावणं एवढंच नाही करू शकत. जर आपलं आरोग्य चांगलं नसेल आणि आपण केलेल्या कष्टांची फळं आपण चाखू शकणार नसू तर त्या ढोर मेहनत करून पैसा कमावण्याला काय अर्थ आहे?

तुमची कार्यपद्धती तुमच्या शरीराला सक्षम बनविण्यामध्ये मोलाची भूमिका बजावत असते. जर तुम्ही शरीराला पुरेशी विश्रांती मिळू देत नसाल तर तुम्ही काय प्रकारचे पदार्थ खाता किंवा किती व्यायाम करता याला काहीच महत्त्व उरत नाही आणि तुम्ही खऱ्या अर्थाने निरोगी बनू शकत नाही. जेवढं झेपेल तेवढंच काम करा. नाही म्हणायला शिका. तुमचं शरीर जेवढी साथ देईल तेवढंच करा. तुमच्या कामाचं नियोजन नेहमी अशा प्रकारे करा की तुम्ही ते ठरल्या वेळेत पूर्ण करालच.

सकारात्मक मन

सकारात्मक मन हे उत्तम निरोगी केसांची गुरूकिल्ली आहे. जर आपण सकारात्मक पद्धतीने विचार केला तर आयुष्यात काय वाट्टेल ते साध्य करू शकतो, अगदी सुंदर निरोगी केस सुद्धा! चांगले केस हवे असतील तर आपण आतून निरोगी असणं फार गरजेचं असतं आणि आतून निरोगी राहण्यासाठी आपल्याला एवढंच करायचं की आपलं शरीर आणि केस यांसाठी जे काही करू त्याबाबत पूर्णतः सकारात्मक भूमिक ठेवायची. आपल्या केसांची अजिबात चिंता करू नका. केसांची कसल्याही प्रकारची समस्या असली तरी निराश न होता जे काही वाट्याला आलंय त्याचा स्वीकार करा आणि अतिशय शांतपणे त्यावरचा मार्ग शोधून काढा. जर तुम्ही सकारात्मक असाल तर प्रत्येक समस्येवर उपाय सापडतोच.

केस गळायला लागले की लोक भयंकर चिंताग्रस्त होतात आणि अक्षरशः रात्रीची झोप गमावून बसतात. केस गळणे ही बहुतांश वेळा एक नैसर्गिक प्रक्रियेतून उद्भवलेली समस्या असते आणि जीवाला घोर लावून घेतल्याने किंवा तणावग्रस्त झाल्याने त्यामधून अजिबात सुटका होत नाही. शांतचित्त राहणे ही बहुतांश केसांच्या समस्येमधील महत्त्वपूर्ण बाब आहे, शांत राहिलात तर कसलाही प्रयत्न न करताच तुमची निम्मी समस्या तिथेच सहजगत्या दूर होते. जर तुम्हाला

कसल्याही प्रकारची केसांची समस्या भेडसावत असेल तर तिचे निराकरण करण्यासाठी अजिबात उतावळेपणा करू नका. तुम्ही जर नकारात्मक विचारांनी मन भरून टाकाल आणि उगीच मनावर ताण घ्याल तर त्याची परिणती तुमची समस्या आणखी मोठी होण्यामध्येच किंवा आणखी विविध समस्या निर्माण होण्यामध्येच होईल. जेव्हा कधी एखादी समस्या उद्भवेल, काही काळ शांतपणे बसा आणि संयमाने सकारात्मक विचार करा; घाबरून न जाता ती सोडवण्यासाठी प्रयत्न करा.

सुंदर आणि निरोगी केसांसाठी, तुमचं शरीर आतून निरोगी असायला हवं. आपल्या आवाक्याच्या बाहेर ज्या समस्या आहेत, त्यांबाबत काळजी करू नका. सकारात्मक विचार करण्यामध्ये आपली शक्ती खर्च करा आणि निवांत व्हा. सकारात्मक मन आणि निरोगी केसांसाठी तुम्हाला पुढील काही गोष्टींचा उपयोग निश्चित होईलः

- आपण आयुष्यात जे काही करू त्याविषयी सकारात्मक भूमिका ठेवा. त्यामुळे निर्माण झालेल्या बहुसंख्य समस्या आपोआप दूर होतील.
- कायम जास्तीत जास्त शांत झोप घेण्याचा प्रयत्न करा. आपल्या समस्यांना आपल्या बेडरूममध्ये अजिबात शिरकाव करू देऊ नका.
- कुठल्याही परिस्थिती आनंदी राहा. आनंदी मनोवृत्ती तुमच्या आरोग्यावर जादुई परिणाम घडवून आणते.
- आपल्या केसांच्या समस्यांचा सकारात्मकपणे मुकाबला करा. लक्षात ठेवा, आयुष्यात प्रत्येक समस्येवर उपाययोजना आहे.
- आपल्या शरीराच्या अंतर्गत आरोग्याकडे सर्वप्रथम लक्ष द्या; त्यामुळे तुमचे केस आणि त्वचा सुधारण्यास मदत होईल.
- काही विशिष्ट गोष्टींना ठाम चिकटून बसू नका; आयुष्यात सगळ्या गोष्टींचा अनुभव घ्या. तसे केल्याने तुमचे मन सकारात्मक आणि मोकळे होईल.
- शरीर सक्षम राहण्यासाठी समतोल आणि पोषक आहार आनंदाने घ्या.
- व्यायामाचे नियमित सत्र पाळा. त्यामुळे तुम्हाला सर्वच बाबी सकारात्मकपणे पेलण्याची क्षमता मिळेल.

- ध्यानधारणेचा प्रयत्न करा, त्यामुळे तुम्हाला पूर्णपणे निवांतपणा प्राप्त होईल.
- नियमितपणे पायी फिरायला जा, यावेळी शक्यतो शांत–अबोल राहा अगदी संगीत ऐकणे देखील टाळा. केवळ स्वतःसोबत वेळ व्यतीत करा.
- केसांच्या समस्येमुळे घाबरून जाऊ नका. प्रत्येक समस्येवर उपाय आहे.
- आपल्या केसांबाबत नीट जाणून घ्या आणि त्यानुसार त्यांची देखभाल करा. नवनव्या फॅशन्स आणि केशसुरक्षेच्या फंड्यांना बळी पडू नका. तुमच्या केसांसाठी जे योग्य आहे तेच करा.
- आपल्या शरीरांतर्गत विषारी द्रव्यांना बाहेर टाकण्यासाठी मुबलक प्रमाणात पाणी प्या, त्यामुळे शरीर आतून स्वच्छ होण्यास मदत होते.
- शक्य तेवढे हसतमुख राहा. हास्य हे तुमच्या अंतर्गत आणि बाह्य आरोग्यावर अक्षरशः जादुई परिणाम घडवून आणते.
- दुसऱ्या लोकांचे अंधानुकरण करू नका. स्वतःवर प्रेम करायला शिका.
- आपल्या केसांवर सतत काही ना काही प्रयोग करत बसू नका. काही वेळा जसे आहेत तसेच राहू द्या.
- आपल्या केसांच्या नैसर्गिकतेच्या विरूद्ध जाऊन काहीही करू नका, अनैसर्गिक रचना हानीकारक ठरू शकते.
- केसांच्या वाढीसाठी औषधे किंवा वैद्यकीय उपाययोजना यांचा अवलंब करू नका, त्याचा केसांना काहीही फायदा होत नाही.
- केस गळतीचा फार विचार करू नका, अन्यथा समस्या अजूनच बिकट होईल. केस गळतीचा सकारात्मक पद्धतीने सामना करा.
- कोंडा ही समस्या देखील आपला आनंद हिरावून घेणारी असते. परंतु चिंताग्रस्त होऊ नका. या समस्येवर उपाय आहे.
- आपल्या केसांवर फार प्रयोग करू नका. एकावेळी एकच गोष्ट करा आणि सकारात्मक परिणामांची संयमाने वाट पाहा.
- आपल्या समस्यांची मित्रमंडळींमध्ये चर्चा करण्यापेक्षा तज्ञ व्यक्तीची मदत घ्या, त्याचा निश्चितच जास्त फायदा होईल.
- आपल्या केसांवर प्रेम करा, सतत त्यांच्याबद्दल टीका–टिप्पणी करू नका. तुम्हाला कितीही वाटलं तरी तुम्ही त्यांना पूर्णतः बदलून टाकू शकत नाही.
- आपले केस आणि त्यांची रचना यांबद्दल आत्मविश्वास बाळगा. अन्य लोकांचे केस अथवा रचना पाहून त्याचा द्वेष करू नका. जर तुमच्यात आत्मविश्वास

असेल तर तुम्ही देखील बाकीच्यांसाठी स्टाईल आयकॉन बनू शकता.

- आपण केसांसाठी जे काही करतोय त्याबद्दल निष्ठा असू द्या, त्यामुळे तुम्ही आकर्षक आणि आत्मविश्वासपूर्ण बनाल.

तेव्हा आता आपल्या लक्षात आलं असेल की, आपले केस आणि शरीर यांच्याबद्दल सकारात्मक राहणे किती महत्त्वाचे आहे. फक्त थोडेसे प्रयत्न केले तर सगळं काही उत्तमरित्या बदलून जाईल. स्वतःबद्दलचं थोंडसं प्रेम आणि आत्मविश्वास यांमुळे तुम्ही जगातील सर्वात आनंदी आणि सर्वाधिक स्टाईलिश व्यक्ती बनू शकाल.

१०

बदलत्या मोसमानुसार घ्यायची काळजी

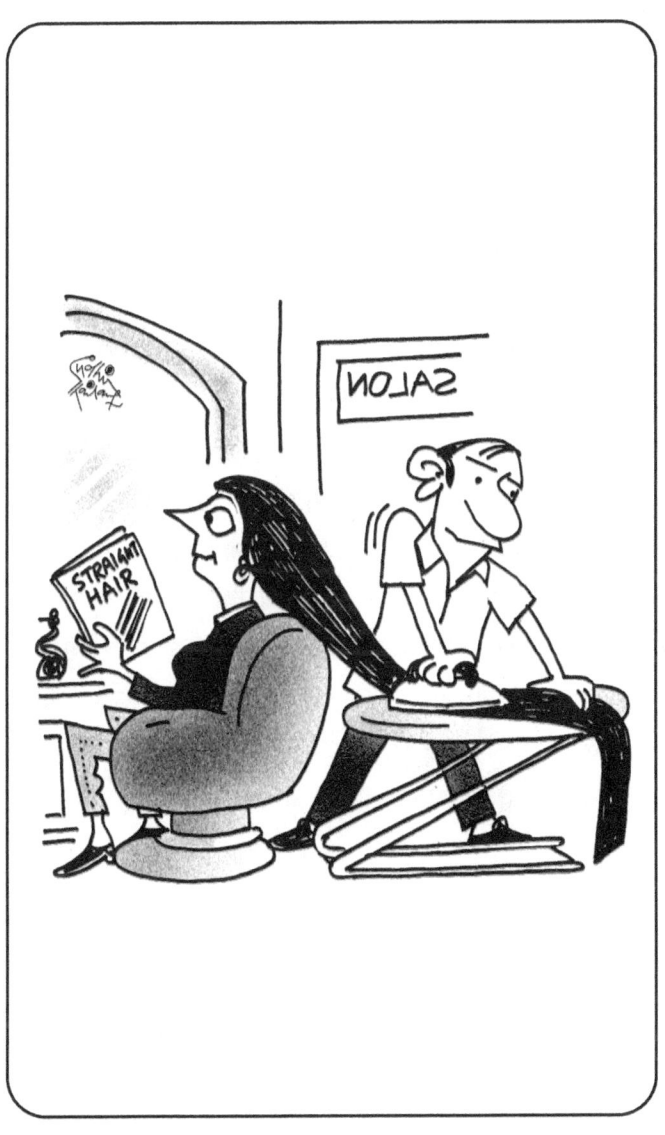

काही काळापूर्वी, मला एका अगदी जवळच्या मित्रानं जेवणासाठी आमंत्रित केलं होतं. आम्ही दोघांनी खूप काळ बऱ्याच वेगवेगळ्या विषयांवर मनसोक्त गप्पा मारल्या. आणि हे आवर्जून सांगायलाच नको, की त्या गप्पांचा ओघ अखेरीस केस या विषयाकडे वळलाच. कधीही, कुठेही आणि कोणालाही भेटायला मी गेलो तरी त्या भेटीतील संभाषणाचा शेवट हा अपरिहार्यपणे केसांविषयी चर्चेमध्येच होतो असा माझा अनुभव आहे. माझ्या त्या मित्रानं मला सांगितलं, की तो बरीच वर्षे अगदी चांगल्या दर्जाचा शांपू आणि कंडिशनर वापरतोय. त्या विशिष्ट ब्रँडविषयी त्याला एवढी ठाम आत्मियता होती, की त्याने कधीही त्यामध्ये बदल केला नाही. पण तरीसुद्धा त्याच्या केसांत प्रचंड कोंडा झालाय आणि त्याला असं वाटत होतं की त्यापासून कधीच त्याची सुटका होणार नाही. सामान्यतः हिवाळ्याच्या दिवसात ही समस्या खूप उग्र रुप धारण करते आणि आपल्यासोबत केस गळतीच्या समस्येला देखील आमंत्रण देत असते. मला त्या मित्राच्या समस्येमागचं नेमकं कारण काय आहे, ते ताबडतोब लक्षात आलं. ते कारण म्हणजे, माझा मित्र वर्षानुवर्षे प्रत्येक मोसमात एकाच प्रकारचं केशसुरक्षा उत्पादन वापरत होता. ऋतू बदलला तरी हा मित्र एकच एक पद्धती ठामपणे स्वीकारून तिलाच चिकटून बसला होता. प्रत्यक्षात आपल्या केसांना बदलत्या मोसमानुसार वेगवेगळ्या उपाययोजना आणि पद्धतींची आवश्यकता असते. विशेषतः भारतात जिथे वर्षभरात एवढे वैविध्यपूर्ण ऋतूमान असते तिथे तर सरसकट एकच पद्धत वापरून चालतच नाही. त्यामुळे, वेगवेगळ्या मोसमानुसार आपल्या केसांची काळजी कशी घ्यावी हे आता मी तुम्हाला सांगणार आहे.

उन्हाळा

आपल्याकडचा उन्हाळा हा प्रखर उष्णता आणि गरमीच्या झळांसाठी ओळखला जातो, ज्यामुळे केसांशी निगडित विविध समस्या उद्भवत असतात. सूर्यापासून फेकली जाणारी धोकादायक अल्ट्राव्हायोलेट किरणे, प्रचंड गरम तापमान आणि गरमीच्या झळा यामुळे केसांच्या पोताचे खूप नुकसान होते आणि ते कोरडे, रखरखीत, रूक्ष होतात एवढेच नव्हे तर टोकाशी दुभंगतात देखील. केसांचा प्रकार

कोणताही असो, खूप प्रचंड गरमीमुळे सगळ्यांचेच नुकसान होत असते. उष्णतेमुळे केसांमधील ओलावा–आर्द्रता शोषली जाते आणि त्यामुळे त्यांची देखभाल करणं मुश्कील होऊन बसतं. या मोसमात आपल्या केसांची निगा राखायची असेल तर केवळ सुनियोजित सुरक्षा उपाययोजना करणं हा एकच मार्ग आहे.

उन्हाळ्यामध्ये केसांची काळजी घेण्यासाठी या काही टीप्सः

- अगदी हलका शांपू वापरून केस दररोज धुवा. केस धुताना कायम थंड पाणीच वापरा. डोक्यात घाम येणं ही उन्हाळ्यातील अपरिहार्य बाब आहे, आणि केस घामाच्या चिकटपणापासून मुक्त राहावेत आणि हवेत लहरावे यासाठी शांपूचा नियमित वापर करणं हाच सर्वोत्तम उपाय आहे.
- शांपूने केस धुतल्यानंतर न चुकता कंडिशनर उपयोगात आणा. जर तुमचे केस कोरडे किंवा खराब झाले असतील अथवा केमिकल उपाययोजना केलेली असेल तर अगदी साधं कंडिशनर वापरा आणि जर तुमचे केस पातळ किंवा तेलकट प्रकारचे असतील तर सेरमयुक्त कंडिशनर वापरा. यामुळे केसांना एक प्रकारचं सुरक्षा कवच बहाल होईल आणि त्यांच्यातील ओलावा–आर्द्रता टिकून राहण्यास मदत होईल.
- केशरचना करण्यासाठीची गरम उपकरणं वापरणं टाळा. जर ती वापरणं अनिवार्यच असेल तर केशरचना करण्याआधी पूर्वसुरक्षा उपाययोजना करायला विसरू नका.
- केस शक्यतो छोटे ठेवा. बारीक कापलेल्या केसांची देखभाल करणं उन्हाळ्यात खूप सोयीचं ठरतं. शिवाय केसांची मुळं निरोगी राहावीत यासाठी नियमित हेअर कट करून घ्या.
- उन्हाळ्यात जर तुम्ही पोहण्यासाठी जात असाल तर पाण्यात उतरताना कुठल्याही परिस्थितीत स्विमिंग कॅप घालायलाच हवी. कारण त्यामुळे पाण्यातील क्लोरिनचा केसांशी थेट संपर्क येणार नाही व संभाव्य दुष्परिणामांपासून बचाव होईल. स्विमिंग कॅपमुळे केसांची खूपच सुरेख प्रकारे निगा राखली जाते.

- टोपी, स्कार्फ आदी डोक्यावर चढवल्याखेरीज किंवा छत्री घेतल्याखेरीज उघड्या डोक्यानं उन्हात कुठेही फिरायला जाऊ नका.
- शरीराचं तापमान सुनियंत्रित राखण्यासाठी भरपूर पाणी पित राहा.
- भरपूर प्रमाणात हिरव्या पालेभाज्या आणि ताज्या फळांचं सेवन करा.

काही घरगुती उपाययोजना

- केस धुण्यापूर्वी डोक्याला मुलतानी माती किंवा लिंबाचा रस चोळून मसाज करा. त्यामुळे डोक्याच्या त्वचेवर जमा झालेला घाम आणि धूळ स्वच्छ होईल आणि केस निरोगी राहतील.
- खोबरेल तेल कोमट करून त्याने केसांना हलका मसाज करा. आठवड्यातून दोनदा असं केल्यास अधिक उत्तम. कोमट तेल हाताच्या तळव्यावर घ्या आणि बोटांच्या टोकानी डोक्याला हळूवार–गोलाकार मसाज करा आणि काही वेळ ते तसंच ठेवून मग नंतर केस धुवा. केस झाकण्यासाठी तुम्ही साधारण १० मिनिटे स्टीम टॉवेलचा देखील वापर करू शकता.
- थोडी प्रखर प्रकारातील कंडिशनिंग प्रसाधने घ्या आणि डोक्यावरीच त्वचा टाळून फक्त केसांना अगदी काळजीपूर्वक लावा.
- त्यानंतर मोठ्या दातांच्या कंगव्याने केस हळूवारणे विंचरा. केसांभोवती स्टीम टॉवेल गुंडाळून तुम्हाला हवा तेवढा वेळ तो तसाच राहू द्या नंतर थंड पाण्याचे केस धुवून टाका. तुम्हाला वाटल्यास एखाद्या सलूनमध्ये जाऊन तुम्ही व्यावसायिक पद्धतीने देखील हे सगळं करून घेऊ शकता.
- दह्यामध्ये मेथीच्या दाण्यांची पावर मिसळून ते मिश्रण केसांना लावा, काही काळ तसेच ठेवून मग केस धुवून टाका. यामुळे तुमचे केस आर्द्र आणि निरोगी राहतील.
- उन्हाळ्याच्या दिवसात जर केसांत कोंडा झाला तर आठवड्यातून फक्त एकदाच अँटी–डँड्रफ शांपू वापरा. या शांपूमुळे केस कोरडे पडतात, त्यामुळे या दिवसात शक्यतो त्याचा वापर टाळणेच इष्ट.

पावसाळा

पावसाळा हा केसांच्या दृष्टीने मुळीच चांगला ऋतू नाही. हवेमधील दमटपणा हा प्रचंड वाढलेला असतो, ज्यामुळे केसांच्या अनेकविध समस्या उद्‌भवतात. जर तुम्ही एखाद्या रोपट्याला खूप पाणी घातलं तर त्याची मुळं अशक्त होतात आणि ते रोपटं मरून जातं, अगदी त्याचप्रमाणे जेव्हा हवेमध्ये खूप मोठ्या प्रमाणावर आर्द्रता निर्माण होते, ती केसांसाठी धोकादायक ठरते. या मोसमातील दमटपणा हा डोक्यावरील त्वचेला सतत ओलसर आणि घामट बनवून ठेवतो. यामुळे डोकं खाजायला लागतं, केसांची मुळं दुबळी होतात आणि केस गळायला सुरुवात होते.

हवेतील दमटपणामुळे डोक्यावरील त्वचा सतत चिकट राहते आणि केसांत कोंडा तयार होण्याचं प्रमाण खूप वाढतं. या मोसमात निरोगी राहण्यासाठी आपल्या केसांना अधिक प्रमाणात दक्षतेची नितांत आवश्यकता असते.

पावसाळ्याच्या दिवसांत केसांची निगा राखण्यासाठी काही टीप्सः

- आपल्या डोक्यावरील त्वचा आणि केस स्वच्छ, ताजेतवाने आणि निरोगी राहावेत यासाठी केस दररोज न चुकता धुवा.
- केसांची लांबी छोटी ठेवा, जेणेकरून त्यांची देखभाल सोपी होईल. केस वाढविण्यासाठी पावसाळा हा अजिबातच योग्य ऋतू नाही.
- या मोसमात एखादा चांगला क्लॅरिफाईंग शांपू वापरा; नेहमीचे क्रिम बेस्ड शांपू वापरणं टाळा.
- या दिवसांत केसांना खूप तेल लावू नका. शांपू केल्यानंतर कंडिशनरचा अवश्य वापर करा, मात्र कंडिशनर डोक्यावरील त्वचेला लागू देऊ नका. फक्त वरवर हलक्या हाताने केसांना लावा. जर तुमचे केस पातळ आणि तेलकट प्रकारचे असतील तर धुतल्यानंतर सेरम कंडिशनर वापरा.
- जर तुम्हाला कोंड्याची समस्या असेल, तर डोक्याला कडूनिंबाच्या पानांची पेस्ट चोळा.
- भरपूर पाणी प्या. यामुळे तुमच्या केसांना योग्य पोषण मिळत राहील.
- केशरचना उपकरणांचा वापर कमीत कमी करा. या उपकरणांच्या वापराने

केस चिकट होतात आणि त्यांच्यात धूळ, मळ जमा होतो.

- समजा थोडेसे केस गळले तरी देखील चिंता करू नका. पावसाळ्याच्या दिवसात असं होणं ही अगदी सामान्य बाब आहे.
- केस ओले असताना ते विंचरणं टाळा.
- केस विंचरण्यासाठी मोठ्या दातांचा कंगवा, ब्रश वापरा.
- जर पावसात डोकं भिजलं, तर नंतर साध्या−स्वच्छ पाण्याने केस धुवायला विसरू नका आणि मगच ते पुसा.

पावसाळ्यासाठी खास घरगुती उपाययोजना

पावसाळ्याच्या दिवसांत उद्भवणाऱ्या केसांच्या बहुतांश समस्यांवर मात करण्यासाठी मेंदी हा एक अगदी उत्तम उपाय आहे. या मोसमात बहुतांश वेळा केस पातळ आणि जड होत असल्याकारणाने मेंदीचा वापर खूपच फायदेशीर ठरतो. मेंदी आपल्या केसांतील अतिरिक्त आर्द्रता आणि तेलकटपणा शोषून घेते. त्यामुळे केस कोरडे तर होतातच पण हवेवर छान लहरतात देखील.

हिवाळा

थंड हवामान तुमच्या केसांना रुक्ष, निस्तेज आणि रखरखीत बनवू शकते. हवेतील थंडपणा हा केसांतील नैसर्गिक आर्द्रता शोषून घेत असल्याकारणाने या मोसमात आपल्या केसांमधील नैसर्गिक ओलावा टिकवून ठेवण्यासाठी अतिशय काटेकोर दक्षता घ्यावी लागते. या मोसमात सतावणारी सर्वांत मोठी समस्या म्हणजे कोंडा. कोरड्या हवेमुळे बहुसंख्य लोकांच्या केसांत प्रचंड मोठा कोंडा निर्माण होतो. डोक्यावरील त्वचा खाजू लागते आणि केस रखरखीत बनतात. तेव्हा हिवाळ्याच्या दिवसांत केसांची नीट काळजी घेणं ही खूप महत्त्वाची बाब आहे.

या मोसमात आपल्या केसांची काळजी घेण्यासाठी पुढील टीप्स उपयोगात आणाः

- तापमान जरी कितीही कमी झालं आणि केस कितीही कोरडे पडले तरी सुद्धा नियमितपणे शांपूचा वापर करणं थांबवू नका. केसांना निरोगी आणि सुंदर

बनवण्यासाठी आपल्या डोक्यावरील त्वचेची नियमित स्वच्छता ही अनिवार्य असते. आपल्या केसांच्या प्रकारानुसार योग्य असा शांपू निवडा. कोरडेपणाची अजिबात चिंता करू नका.

- कंडिशनरचा वापर ही या मोसमातील आणखी एक अत्यंत महत्त्वपूर्ण उपाययोजना आहे. थंड हवेमुळे केस सतत कोरडे, रूक्ष पडत असतात. त्यामुळे नियमित शांपू आणि कंडिशनरचा वापर हा खूप लाभदायक ठरतो. आपल्या केसांच्या प्रकारानुसार, सुयोग्य अशा कंडिशनरची निवड करा. जर तुमचे केस खूपच रखरखीत असतील तर लिव्ह-इन(सेरम) प्रकारातील कंडिशनरचा वापर करा, ज्यामुळे केस मुलायम आणि निरोगी बनतील.
- आपल्या केसांसाठी स्पा ट्रीटमेंट घेणं हे देखील या मोसमात अतिशय फायदेशीर ठरतं.
- हवा कितीही थंड असली तरी केस धुताना गरम पाण्याचा वापर अजिबात करू नका कारण त्यामुळे केसांना इजा पोचू शकते. गरम पाण्यामुळे केस कोरडे आणि दुबळे बनतात.
- या मोसमात आपल्या केसांना नियमितपणे तेलाचा मसाज करा. या हवेत केसांतील आर्द्रता टिकून राहणं खूप गरजेचं असतं आणि त्याकामी तेलाचा निश्चितच चांगला उपयोग होतो. कोमट तेल या आणि हळुवारपणे आपल्या डोक्याला मसाज करा. केसांना मसाज करताना अजिबात घिसघाई करू नका. मसाज झाल्यानंतर काही काळ केस तसेच राहू द्या. साधारण १० मिनिटांनी स्टीम टॉवेल वापरून केस झाकून घ्या आणि त्यानंतर ते शांपूने धुवा. तेलाच्या मसाजानंतरही केसांना कंडिशनर लावायचं विसरू नका.
- कोंड्यावर मात करण्यासाठी आठवड्यातून फक्त दोन वेळा अँटीडँड्रफ शांपू वापरा. हा शांपू खूप तीव्र असल्याने त्याचा नियमित वापर करू नका. तरी देखील कोंडा दूर झाला नाही तर मात्र डॉक्टरचा सल्ला घ्यायलाच हवा. जर केसांत कोंडा झाला असेल तर तेलाचा उपयोग करण पूर्णपणे टाळा, तेलामुळे कोंड्याची समस्या आणखीनच उग्र रूप धारण करू शकते.
- साधारण सहा ते आठ आठवड्यानंतर नियमितपणे केस कापून घ्या. केसांची टोके दुभंगण्यापासून त्यांचं रक्षण होईल.

- बाहेर जाताना डोकं नीट झाकून घ्या. गार वाऱ्यामुळे केस कोरडे आणि रूक्ष बनतात, अशा परिस्थितीत त्यांना झाकून घेणं हेच त्यांचं सर्वांत सोपं आणि उत्तम संरक्षण आहे.
- सुकामेव्यासारखे पौष्टीक पदार्थ खा आणि शरीर निरोगी राखण्यासाठी हिरव्या भाज्यांचे सेवन करा. थंडीचे दिवस असले तरी भरपूर पाणी पीत राहा, त्यामुळे तुमचे केस आणि त्वचा दोन्हीला पोषण मिळत राहील.

हिवाळ्यासाठी घरगुती उपाययोजना

- जादाचं कंडिशनिंग मिळावं यासाठी केसांना दही लावा. केसांना शांपू लावण्याच्या अर्धा तास आधी दही लावायचंय हे विसरू नका. असं केल्यामुळे तुमचे केस मुलायम आणि निरोगी बनतील.

- नेहमीपेक्षा थोडीशीच जास्त काळजी घेतली तर आपण वर्षभर केस निरोगी राखू शकतो ; आणि त्यासाठी फार मोठा वेळ किंवा पैसे खर्च करण्याची किंवा कोणत्याही फॅन्सी सलूनमध्ये जाण्याची अजिबात आवश्यकता नसते.

होळी–रंगपंचमी दरम्यान केसांची काळजी घ्या

होळी–रंगपंचमीच्या दिवसांत रंगांची मुबलक उधळण होते आणि या रंगांमध्ये रासायनिक द्रव्ये असू शकतात जी आपले केस आणि त्वचेसाठी खूप नुकसानदायक ठरू शकतात. रंगांमधील रासायनिक घटक केसांच्या बाहेरच्या स्तरावर दुष्परिणाम करतात ज्यामुळे केस रखरखीतच नव्हे तर अगदी निर्जीव होऊन जातात. बऱ्याच वेळा, केसांमध्ये लागलेला रंग पूर्णतः निघून जाण्यास कित्येक दिवस लोटतात. हे सगळं खरं असलं, तरी आपण सण–समारंभ साजरे करणं काही टाळू शकत नाही. तथापि, होळी–रंगपंचमीच्या काळात हानिकारक रंगांपासून केसांची काळजी घेणं हे अत्यंत महत्त्वाचं आहे.

होळी–रंगपंचमी या अतिशय उत्साही आणि सुंदर सणाची मजा लुटतानाच आपल्या केसांना सुरक्षित कसं ठेवावं याच्या या काही टीप्सः

- रंग खेळायला जाण्यापूर्वी केसांना मोहरीचं तेल लावून बाहेर पडावं.

केसांसाठी हे एक उत्तम सुरक्षाकवच आहे.

* रंग खेळताना कुठल्याही परिस्थितीत केस मोकळे सोडू नका; केसांचा व्यवस्थित घट्ट अंबाडा-पोनी बांधून ठेवा.

* रंगाचा थेट केसांशी संपर्क टाळण्यासाठी डोक्यावर शक्यतो टोपी किंवा स्कार्फ घाला.

* रंग खेळून झाल्यानंतर साध्या पाण्याचे केस व्यवस्थित स्वच्छ धुवून घ्या. केसांत अडकलेला रंग शक्य तेवढा साध्या पाण्याद्वारे वाहून जाऊ द्या. त्यानंतर शांपू लावून केस धुवा. केस खसाखसा पुसण्याची चूक अजिबात करू नका.

* रंग खेळायला जाण्याच्या आधीच अगदी सौम्य शांपूने केस धुवा आणि त्यानंतर चांगला तीव्र कंडिशनर वापरा. घाणेरड्या-न धुतलेल्या केसांनी रंग खेळण्यास कधीही बाहेर पडू नका. असं करणं जास्तच नुकसानकारक असतं.

होळी-रंगपंचमी दरम्यान केसांची काळजी घेण्यासाठी काही टीप्सः

* धुतल्यानंतर केसांना कंडिशनर लावा आणि काही काळ ते तसेच ठेवून द्या. त्यानंतर साध्या पाण्याने धुवून ते आपोआप वाळले जाऊ द्या.

* कंडिशनर वापरल्यानंतर अजून जास्त खबरदारी यायची असेल, तर तुम्ही केसांना हेअर सेरम किंवा लिव्ह-इन कंडिशनर देखील वापरू शकता.

* केसांमध्ये आधीपासूनच रंगांचे रासायनिक घटक साचलेले असल्याकारणाने खूप जास्त प्रमाणात शांपू वापरणे टाळा. केसांना लागलेला रंग काही दिवसांनी आपोआप पूर्णपणे निघून जातो.

* पुढचे काही दिवस तरी केशरचनेसाठी उपयोगात आणली जाणारी गरम उपकरणे वापरणे टाळा.

* आणि सर्वांत महत्त्वाचेः होळी-रंगपंचमी खेळताना कायम नैसर्गिक रंगच (ऑर्गेनिक कलर) वापरा.

११
लहान मुलांसाठी केशसुरक्षा

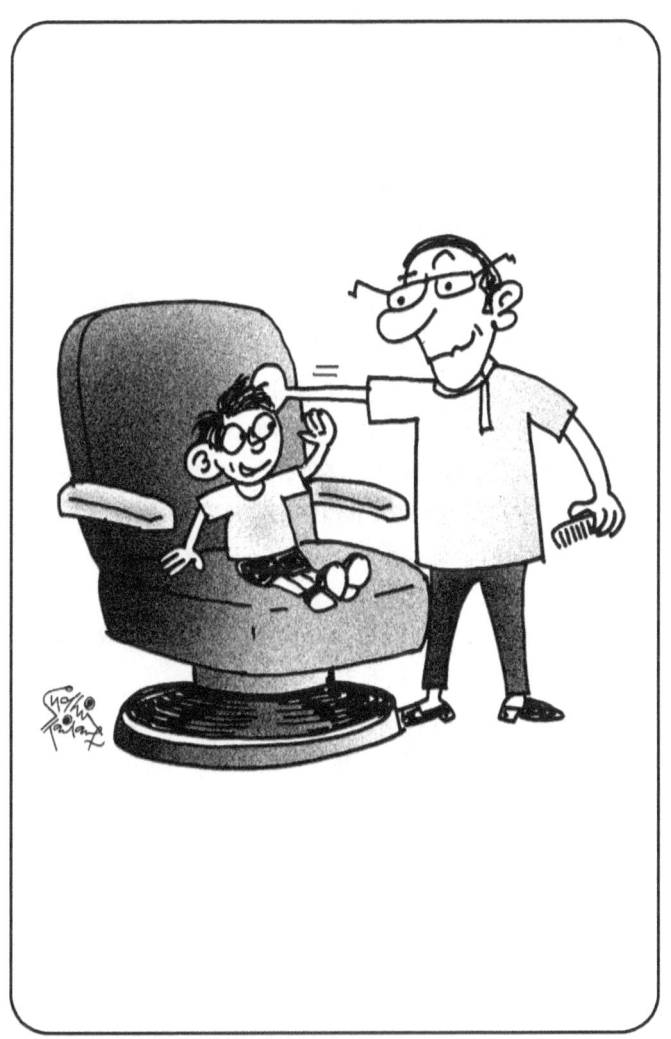

अंकल, तुम्ही मला मस्त खमंग-चमचमीत लूक देऊ शकाल का हो?

होय! लहान मुलांच्या केसांची काळजी घेणं देखील तेवढंच महत्त्वाचं असतं. जेव्हा त्यांचं वाढीचं वय सुरू असतं, तो आपल्या चिमुरड्यांच्या केसांची काळजी घेण्याचा आणि त्यांना सुरक्षित राखण्याचा सर्वात उत्तम काळ असतो. असं केल्यामुळे पुढील आयुष्यात त्यांना सहजासहजी किंवा फार लवकर केसांच्या समस्या उद्भवणार नाहीत, याची एकप्रकारे निश्चिंती राहते.

सगळ्याच मुलांना बाहेर उघड्यावर खेळायला प्रचंड आवडतं. यामुळे अपरिहार्यपणे त्यांच्या केसांचा संपर्क धूळ, सूर्यप्रकाश आणि प्रदूषण यांच्याशी येतो. लहान वयात मुलांची डोक्यावरील त्वचा ही अतिशय नाजूक, संवेदनक्षम असते. त्यामुळे तिच्यावर फार चटकन विपरित परिणाम घडून येतो.

लहान मुलांमध्ये सर्वाधिक प्रमाणात आढळून येणारी केसांची समस्या म्हणजे उवा. हा एक असा त्रास आहे, की ज्याबद्दल आपण सारेच जवळपास हतबल असतो, कारण शाळा, बालवाड्या, खेळाची मैदाने अशा सगळ्याच ठिकाणाहून कधीही केव्हाही त्याचा प्रादूर्भाव होण्याची शक्यता असते, जो आपण रोखू शकत नाही. हा एक स्पर्शजन्य प्रकारातील विकार आहे. ज्याच्या डोक्यात उवा झाल्या आहेत अशा अन्य एखाद्या मुलाच्या किंवा माणसाच्या डोक्याशी मुलांचा संपर्क आला की लगेच त्यांच्या डोक्यात देखील उवांची लागण होते.

जर एखाद्या दिवशी तुमचा मुलगा किंवा मुलगी आपलं डोकं कराकरा खाजवत घरी आलं तर काय कराल याच्या या काही टीप्स:

- तुमच्या पाल्याच्या शाळेतील अधिकारी व्यक्तींना तसेच त्या दुसऱ्या मुलाच्या पालकांना ताबडतोब या गोष्टीची माहिती द्या.
- यामुळे काय होईल, की सर्वच मुलांच्या केसांची नीट तपासणी केली जाईल आणि त्यावर उपाययोजना होऊन ही समस्या वारंवार उद्भवणार नाही, आणखी जास्त पसरणार नाही.
- तुमच्या पाल्याचे केस धुताना खास उवा–लिखांचा नाश करण्यासाठी तयार करण्यात आलेला विशिष्ट प्रकारचा मेडिकल शांपू वापरा.
- या समस्येचा समूळ नाश होईपर्यंत कदाचित हा शांपू तुम्हाला अनेकवेळा वापरावा लागू शकतो.
- अगदी नवजात बालके किंवा दोन वर्षे वयापर्यंतच्या मुलांबाबत ही समस्या उद्भवल्यास तुम्हाला तुमच्या हाताने केसांतील उवा आणि त्यांची अंडी

(लिखा) काढून टाकण्याचे काम करावे लागते, कारण मेडिकल शांपू हे एवढ्या लहान मुलांच्या डोक्यावरील त्वचेसाठी चांगले नसतात.

• शांपूने केस धुतल्यानंतर, एक चांगल्या दातांचा कंगवा किंवा फणी घेऊन तुमच्या पाल्याचे केस व्यवस्थित विंचरून काढा जेणेकरून केसांतील मृत उवा आणि त्यांची अंडी बाहेर पडून जातील.

• चादरी, उश्यांचे अभ्रे त्वरित बदलून टाका आणि त्यांसोबत मुलांचे कपडे देखील धुवायला टाका, जेणेकरून उवा किंवा त्यांची अंडी त्यावर पडली असतीलच तर ती नष्ट होऊन जातील. तुमच्या संपूर्ण घराचे अतिशय काटेकोरपणे निर्जंतुकीकरण करा.

• मुलांचे समुपदेशन करा. ज्यांना उवा–लिखांची समस्या आहे; जे सतत डोकं खाजवत असतात अशा अन्य मुलांपासून दूर राहण्याची शिकवण आपल्या पाल्याला द्या.

लक्षात घ्या, मुलांसाठी केशरचना वगैरे असा काही प्रकार अस्तित्त्वात नसतो. त्यांचे केस नीट आणि स्वच्छ राहावेत यासाठी नियमितपणे ते कापून घेत राहणे एवढेच गरजेचे आणि महत्त्वाचे असते.

कृपा करून मोठ्या माणसांसाठीच असलेल्या कसल्याही उपाययोजना किंवा केशरचनांचा प्रयोग तुमच्या मुलांच्या केसांवर करण्याच्या फंदात पडू नका. हर्बल औषधे, दही, मुलतानी माती इत्यादी विविध प्रकार हे केवळ मोठ्या लोकांच्या केसांच्या समस्या निवारणासाठीच आहेत हे नीट लक्षात ठेवा. अशा प्रकारच्या उपाययोजना वापरल्यास लहान मुलांच्या केसांच्या वाढीवर त्याचा विपरित परिणाम होऊ शकतो.

आवर्जून लक्षात ठेवण्याजोग्या काही गोष्टीः
• केसांच्या आरोग्याची निगा ही लहान मुलांसाठी सर्वाधिक महत्त्वाची बाब आहे.

• लहान मुलांचे केस धुताना अगदी साधा हलका शांपूच वापरावा.

• केसांचे नीट पोषण व्हावे यासाठी तेलाचा मसाज करण्यास अजिबात हरकत नाही.

• कसल्याही प्रकारचे रंग, स्प्रे यांचा लहान मुलांच्या केसांवर प्रयोग करू नका.

• केसांचा पोत सुधारावा या हेतूने बऱ्याचदा पालक मुलांचे संपूर्ण मुंडन

करतात ; पण लक्षात घ्या त्याचा काहीच उपयोग होत नसतो. चांगला पोषक आहार आणि सुयोग्य स्वच्छता केवळ यामुळेच केसांचे आरोग्य सुधारते.

१२
समारोप

कृपया माझ्या दोन्ही कानात सुद्धा थोडासा कापूस कोंबाल
का - तुमचा बॉस अगदीच कंटाळवाणी बडबड करतो आणि ती
सुद्धा मोठमोठ्या आवाजात!

या व्यवसायात मला आता बरीच वर्षे झाली आणि या दरम्यान मी अशा असंख्य लोकांना भेटलो की जे आपल्या केसांबाबत अतिशय जागरूक आहेत. आपला स्वतःचाच कंगवा, शांपू, ब्रश आणि टॉवेल स्वतःसाठी वापरणं याबाबत ते प्रचंड आग्रही आणि दक्ष असतात. काही लोकांना तर चक्क कात्रीसुद्धा स्वतःची वैयक्तिकच वापरायची असते! काही लोक सलूनमध्ये केस कापायला येण्याआधी आपल्या केसांना भरपूर तेल चोपून येतात. मग ते त्यांच्या हेअर स्टाईलिस्टला केस धुवू सुद्धा देत नाहीत. या जगातील कोणताही हेअर स्टाईलिस्ट तेल चोपलेल्या चिपचिपीत केसांची केशरचना कशी काय करू शकेल ? काही जणांना एक विशिष्ट प्रकारची रचना करून हवी असते आणि त्याचा दाखला देण्यासाठी ते स्वतःसोबत एखादं मासिकही घेऊन येतात. काही विशिष्ट केशरचना या आपल्या चेहरेपट्टीला शोभून दिसणार नाहीत उलट त्या केल्यामुळे आपण खूप विचित्र दिसू हे लोक समजूनच घेत नाहीत आणि केस कापण्याची पद्धत, केसांची रचना आदी गोष्टींबाबत हे लोक आपल्या हेअर स्टाईलिस्टवर खूपच बंधनं लादतात. कित्येकदा हे लोक ठाम मत बनवून सलूनमध्ये येतात आणि काहीही सल्ला सूचना ऐकून घेण्याच्या मनस्थितीत नसतात, अशा वेळी त्यांना अपेक्षित असलेला परिणाम साधून देण्यासाठी हेअर स्टाईलिस्टला फारच थोडा वाव असतो किंबहुना अजिबातच नसतो म्हटलं तरी चालेल. या सगळ्यामुळे हेअर स्टाईलिस्टच्या कामगिरीवर विपरीत परिणाम होतो आणि मग हे ग्राहक नाखूष होऊन सलूनमधून बाहेर पडतात.

जेव्हा तुम्ही सलूनमध्ये जाता, तुम्ही तुमच्या स्टाईलिस्टच्या बरोबरीने काम करायला हवं. त्यांना तुमच्या केसांवर उत्तम कामगिरी करण्यासाठी आवश्यक असलेली कलात्मक किंवा सर्जनशील संधी तुम्ही मुक्तपणे द्यायलाच हवी. त्यांच्यावर पूर्ण विश्वास ठेवा, शेवटी ते कलात्मक अभिव्यक्तीचे लोक असतात आणि तुम्हाला सर्वोत्तम कामगिरी करून दाखविण्यासाठीच झटत असतात. जर आपण एखादी विशिष्ट केशरचना करून घ्यावी असं तुमच्या मनात असेल, तर त्या संदर्भात आधी तुमच्या हेअर स्टाईलिस्टचं मत विचारात घ्या. त्याच्याकडून जाणून घ्या की ती केशरचना तुम्हाला शोभून दिसेल का आणि त्यापुढे जाऊन

रोजच्या दिवसाला तिची सहजपणे देखभाल करणं तुम्हाला शक्य होईल किंवा नाही.

सरतेशेवटी मला एवढंच सांगायचं आहे, की लांबसडक केस म्हणजेच काही देखणेपणा–सौंदर्य यांचा मापदंड नाहीत. जर तुमचे केस पातळ असतील, तर ते छोटे आणि स्मार्ट ठेवणंच इष्ट असतं. अनेक सेलेब्रिटीज आपले केस छोटे ठेवतात, त्यांच्यापासून प्रेरणा घ्या. छोटी केशरचना जर योग्य पद्धतीनं आणि आत्मविश्वासानं मिरविता आली, तर बऱ्याचदा ती तुम्हाला एक श्रेष्ठ आणि नजरेत भरण्याजोगं व्यक्तिमत्त्व बहाल करते.

आपल्या केसांबाबत अजिबात तऱ्हेवाईकपणे वागू नका. तुमच्या हेअर स्टाईलिस्टवर भरवसा ठेवा आणि ते तुम्हाला कधीच निराश करणार नाहीत.

ऋणनिर्देश

माझ्या व्यवसायाच्या सर्व चढउतारांदरम्यान माझ्या सोबत राहून माझी पाठराखण करणाऱ्या सर्वच ग्राहकांचे मला मनापासून आभार मानावेसे वाटतात. आजवर जिथे कुठेही मी गेलोय, कायमच ते माझी, माझ्या सेवेची–सल्ल्याची अगदी आतुरतेने वाट पाहताना आढळून आले आहेत. फक्त एक हेअरकट करून घेण्यासाठी जेव्हा माझे सेलेब्रिटी ग्राहक खूप मोठा लांबवरचा प्रवास करून माझ्यापाशी येतात तेव्हा मला अगदी कृतज्ञ व्हायला होतं. माझे काही नियमित ग्राहक असे आहेत, की ज्यांनी मला जणू जादूई हात बहाल झाले असल्याची भावना कायमच करून दिली आहे. आणि तुम्हा सर्व माझ्या ज्ञात–अज्ञात ग्राहकांना माझ्यातर्फे खूप खूप धन्यवाद, ज्यांनी आपल्या केसांच्या समस्या मोकळेपणाने माझ्यासमोर मांडल्या आणि त्यांकरिता सर्वोत्तम उपाययोजना मीच त्यांना सांगू शकेन असा दृढ विश्वास ठेवून त्यानुसार ते वागले. हे पुस्तक लिहीण्यामागची सच्ची प्रेरणा केवळ तुम्ही आणि तुम्हीच आहात.

माझे जणू अनेक हात आणि पायच असल्याप्रमाणे वागणाऱ्या आणि मला साथ देणाऱ्या माझ्या सहकारी आणि विद्यार्थी यांना तर मी विसरूच शकत नाही. मला जिथे प्रत्यक्ष पोचणं शक्य नव्हतं अशा ठिकाणी देखील त्यांनी माझी सेवा ग्राहकांपर्यंत अगदी तंतोतंत पोचविण्याचं काम केलंय. माझ्या सगळ्या ग्राहकांची ते तेवढ्याच निष्ठेने आणि संयमाने देखभाल करत असतात.

मला खेद आहे, की मी प्रत्येकाच्या व्यक्तीगत नावाचा येथे उल्लेख करू शकत नाही; कारण ती यादी प्रचंड मोठी होईल. तुम्हा सर्वांचे अगदी मनापासून आभार.

लेखकाविषयी थोडेसे

जावेद हबीब यांची भारतात सुमारे ३४० केशकर्तनालये (सलून्स) आणि ४७ शिक्षणसंस्था कार्यरत आहेत. एकाच दिवसात सलग १४० जणांचे हेअरकट करण्याचा विक्रम त्यांच्या नावावर असून त्याची नोंद लिम्का बुक ऑफ रेकॉर्ड्समध्ये झालेली आहे. मिस इंडिया २००३ या स्पर्धेचे अधिकृत केशरचनाकार म्हणून देखील त्यांनी काम पाहिले आहे.

केशरचना क्षेत्रातील पारंपरिकता जपतानाच त्यामध्ये एक आगळेपणा आणणाऱ्या जावेद हबीब यांनी भारतातील व्यावसायिक आणि कलात्मक केशरचनाकारांच्या दुनियेत स्वतःचे एक स्वतंत्र आणि अतिशय समर्थ स्थान निर्माण केले आहे. भारतीय बाजारपेठेत केशरचना आणि केशसुरक्षा यांचा समन्वय साधण्याचे अनोखे तंत्र त्यांनी साध्य केले आहे. विज्ञान आणि भौगोलिक परिस्थिती यांचा आधार घेऊन तयार करण्यात आलेल्या त्यांच्या केशरचनांच्या संकल्पना या पारंपरिक भारतीय आणि आधुनिक पाश्चात्य रचनांचा अत्यंत चपखल आणि सुरेख असा संगम ठरल्या आहेत. त्यांचे कौशल्य, सौंदर्याची अंगभूत जाण आणि प्रचंड अनुभवसिद्ध नैपुण्य या गुणांमुळे आपल्या ग्राहकांच्या नेमक्या गरजा अगदी अचूकपणे समजून घेणे त्यांना शक्य होते आणि त्यायोगे ते ग्राहकांच्या केसांवर अक्षरशः चमत्कार घडवून आणू शकतात.

व्यंगचित्रकाराची ओळख

सुधीर तेलंग हे एक नावाजलेले राजकीय व्यंगचित्रकार आहेत. त्यांनी भारतातील काही अत्यंत बड्या वृत्तपत्रांमधून काम केलेले आहे. १९८२ पासून त्यांनी मुंबईतील इलस्ट्रेटे वीकली ऑफ इंडिया मधून आपल्या कारकिर्दीस सुरुवात केली. पुढे सुमारे दोन दशके त्यांनी नवी दिल्लीत हिंदुस्थान टाईम्ससाठी काम केले. त्याखेरीज त्यांनी इंडियन एक्सप्रेससोबत देखील काम केलेले आहे. सध्या ते एशियन एज आणि डेक्कन क्रॉनिकल या वृत्तपत्रांमध्ये व्यंगचित्र रेखाटनाचे काम करतात. वर्ष २००४ मध्ये भारताच्या राष्ट्रपतींच्या हस्ते पद्मश्री पुरस्कार देऊन त्यांना गौरविण्यात आलेले आहे.

✄ ✄ ✄ ✄